LAG ANNÁLL MEÐ RJÓMI

Náðu tökum á listinni að rjómabollur með 100 skref-fyrir-skref uppskriftum

Ölvir Briem

Höfundarréttur Efni ©202 3

Allt Réttindi Frátekið .

Nei hluta af þetta bók má vera notað eða send inn Einhver formi eða af Einhver þýðir án the almennilegur skrifað samþykki af the útgefanda og höfundarréttur eigandi, nema fyrir stutt tilvitnanir notað inn a endurskoðun. Þetta bók ætti ekki vera talið a staðgengill fyrir læknisfræðilegt, löglegt, eða annað faglegur ráðh.

EFNISYFIRLIT

EFNISYFIRLIT 3
INNGANGUR 6
ÁVENTARJÓMABÚÐAR 7
   1. RASPBERRY CREAM PUFFS 8
   2. JARÐARBERJAKREMPUFFS 10
   3. LEMON CURD CREAM PUFFS 13
   4. BLÁBERJARJÓMABOLLUR 15
   5. KÓKOSRJÓMABOLLUR 17
   6. BLACK FOREST CREAM PUFFS 19
   7. CRAQUELIN CREAM PUFFS 21
   8. JARÐARBERJAMANGÓ KREMPUFFS 24
   9. LEMON CREAM PUFFS 27
   10. CINNAMON EPLI CREAM PUFFS 30
   11. MANDARÍN APPELSÍNU RJÓMABOLLUR 34
   12. LYCHEE JELLY CREAM PUFFS 38
KAFFI OG TE RJÓMABÚÐAR 41
   13. KAFFIRJÓMABOLLUR 42
   14. MATCHA GREEN TEA CREAM PUFFS 44
   15. MOKKA KREMPUFFS 46
   16. MJÓLKURTE OG KAFFIRJÓMABOLLUR 48
   17. EARL GREY OG DARK CHOCOLATE CREAM PUFFS 52
   18. DALGONA CREAM PUFFS 56
   19. ESPRESSÓ SÓSA RJÓMABOLLUR 59
   20. CHAI CREAM PUFFS 62
HNETURJÓMAR 65
   21. MÖNDLUKREMPUFFS 66
   22. HESLIHNETU PRALÍN KREMPUFFS 68
   23. HESLIHNETUR OG RISTAÐ MARSHMALLOW RJÓMABOLLUR 70
   24. PISTASÍURJÓMABOLLUR 74
   25. PISTASÍU- OG HINDBERJARJÓMABOLLUR 76
   26. PRALÍN RJÓMABOLLUR 78
   27. PECAN PIE CREAM PUFFS 82
RJÓMABÚÐAR MEÐ OSTUM 85
   28. RJÓMALÖGUÐ GEITAOSTAKREM 86
   29. JARÐARBERJAOSTAKAKA CREAM PUFFS 89
   30. KABOCHA OSTAKÖKUKREMPUFF 91
   31. SKINKU- OG OSTARRJÓMABOLLUR 94
SÚKKULAÐI RJÓM PUFFS 97
   32. HEITT SÚKKULAÐIKREM 98
   33. REESE'S PEANUT BUTTER CREAM PUFFS 101
   34. SÚKKULAÐIRJÓMABOLLUR 104
   35. APPELSÍNU- OG HVÍTSÚKKULAÐIKREMPUFFS 106
   36. SÚKKULAÐI HESLIHNETU ÞEYTT PUFF 108
   37. SMÁKÖKUR OG RJÓMASAMLOKUR 111

KARAMELLU KREM PUFFS **114**
38. Saltkaramellu rjómabollur 115
39. Karamellu eplakrempuffs 119
40. Bourbon Caramel Cream Puffs 122
41. Súkkulaði og karamellu rjómabollur 125
42. Karamellu Tiramisu-fylltar rjómabollur 128
43. Kirsuberja-karamelluíspuffs 131
44. Karamellu maísrjómabollur 134
45. Dulce de Leche Cream Puffs 137
BLÓMARJÓM PUFFS **140**
46. Sakura Strawberry Cream Puffs 141
47. Honey Lavender Cream Puffs 144
48. Rósa-kardimommum rjómabollur 147
49. Jarðarberja- og yllablómabollur 151
50. Raspberry Rose Cream Puffs 154
PROFITEROLES **157**
51. Vanillubauna gróðri 158
52. Choc 'n' Spice Profiteroles 160
53. Súkkulaði gróðri 163
54. Hindberjasorbet og súkkulaðisósa Profiteroles 165
55. Tiramisu Profiteroles 168
56. Sweet Profiteroles 171
57. Mokka Profiteroles 173
58. Foie Gras Profiteroles 175
59. Profiteroles með Bourbon ís 177
60. Jarðarberjaostakaka Profiteroles 180
61. Profiteroles með karamellasósu 182
62. Mangó kókoshnetur 185
63. Bláberja sítrónu gróðri 187
64. Bragðmiklir jurtir Profiteroles 189
65. Hindberjasúkkulaðigróðri 191
66. Kaffikrem 193
67. Earl Grey Tea Profiteroles 195
68. Gráðostur og Walnut Profiteroles 197
69. Grænt te Matcha Profiteroles 199
70. Heslihnetusúkkulaði Profiteroles 201
71. Ananas kókos romm Profiteroles 203
72. Dökk súkkulaði hindberja Profiteroles 205
73. Möndlu Pralín gróðrarólar 207
74. Macadamia hvítt súkkulaði gróðapínur 209
75. Mint súkkulaði Profiteroles 211
76. Klassísk ostur 213
77. Cheddar- og beikongróðri 215
78. Chai Spice Profiteroles 217
79. Pistachio Gelato Profiteroles 219
80. Mjólkursúkkulaði heslihnetur gróðri 222

81. Hvítt súkkulaði kókoshnetur 224
82. Saltkaramellukringlur 226
83. Pestó og parmesan gróðri 228
84. Hnetusmjörsbollur Profiteroles 230
85. Karamellu Espresso Profiteroles 232
86. Ís Profiteroles 234
87. Rocky Road Profiteroles 236
88. Appelsínublóma- og hvítsúkkulaði-gróðapínur 239
89. Toffee Crunch Profiteroles 241
90. Classic Caramel Profiteroles 243
91. Walnut Caramel Profiteroles 245
92. Appelsínusúkkulaði gróðri 247
93. Saltar karamellur og pekanhnetur 249
94. Karamellu Epli Profiteroles 251
95. Súkkulaðikaramellukringlur Profiteroles 253
96. Lavender Honey Profiteroles 255
97. Rósavatns- og pistasíuhnetur 257
98. Romm og kókos gróðri 259
99. Chipotle Caramel Pecan Profiteroles 261
100. Habanero Mango þeyttur rjómi Profiteroles 263

NIÐURSTAÐA **265**

KYNNING

Velkomin í LAG ANNÁLL MEÐ RJÓMI: Náðu tökum á listinni að rjómabollur með 100 skref-fyrir-skref uppskriftum. Á sviði eftirréttanna vekja fátt góðgæti sömu tilfinningu um viðkvæma eftirlátssemi og rjómabollur – þessar eterísku kökur sem hafa fangað hjörtu og bragðlauka eftirréttaáhugamanna í kynslóðir. Þessi bók þjónar sem vegabréf þitt í heillandi heim rjómabollanna, og býður þér að leggja af stað í yndislegt matreiðsluferðalag uppfullt af bæði klassískum og nýstárlegum uppskriftum.

Á þessum síðum muntu ekki aðeins uppgötva leyndarmálin við að búa til hið fullkomna choux sætabrauð heldur einnig listina að búa til margs konar yndislegar fyllingar. „LAG ANNÁLL MEÐ RJÓMI" er alhliða leiðarvísir þinn til að búa til fullkomnun krempuffs, allt frá flauelsmjúkum kremum til silkimjúkra krema og allt þar á milli. Hvort sem þú ert reyndur bakari sem vill betrumbæta kunnáttu þína eða nýliði í eldhúsi sem er áhugasamur um að kanna heim sætabrauðsins, þá veitir þessi bók verkfærin og þekkinguna til að lyfta rjómabolluleiknum þínum.

Þegar við flökkum í gegnum þessar 100 skref-fyrir-skref uppskriftir muntu ekki aðeins öðlast færni til að endurskapa klassíkina heldur einnig finna innblástur til að ýta á mörk rjómablásturssköpunar. Hver uppskrift er vandlega unnin könnun á listinni að koma jafnvægi á bragðefni, áferð og framsetningu, sem tryggir að rjómabollurnar þínar séu ekki aðeins ljúffengar heldur einnig sjónrænt töfrandi.

Undirbúðu þig undir að vera þeyttur inn í heim rjómabollanna, þar sem hugmyndaflugið á sér engin takmörk og útkoman er ekkert minna en ótrúleg. Saman skulum við leggja af stað í þetta yndislega ævintýri og afhjúpa töfra rjómabollanna – einn ljúffengur biti í einu. Hvort sem þú ert að baka fyrir sérstakt tilefni eða einfaldlega láta undan þér ljúfa stund, þá lofar LAG ANNÁLL MEÐ RJÓMI að vera traustur félagi þinn í leitinni að fullkomnun sætabrauðs. Gleðilegan bakstur!

ÁVENTARJÓM PUFF

1. Raspberry Cream Puffs

HRÁEFNI:
- 1 bolli vatn
- ½ bolli ósaltað smjör
- 1 bolli alhliða hveiti
- 4 stór egg
- ¼ teskeið salt
- 1 bolli þungur rjómi
- ½ bolli hindberjasulta

LEIÐBEININGAR:
a) Forhitaðu ofninn þinn í 425°F (220°C).
b) Hitið vatn, salt og smjör að suðu í potti.
c) Hrærið hveiti út í þar til slétt deig myndast.
d) Takið af hitanum, látið kólna aðeins.
e) Bætið eggjum út í einu í einu, blandið vel saman eftir hvert.
f) Setjið skeiðar á bökunarplötu.
g) Bakið í 20-25 mínútur.
h) Þeytið þungan rjómann þar til stífir toppar myndast.
i) Skerið pústirnar í tvennt og fyllið þær með hindberjasultu og þeyttum rjóma.

2. Strawberry Cream Puffs

HRÁEFNI:
FYRIR CRAQUELIN:
- 150 g mjúkt smjör
- 150 g flórsykur
- 180 g hveiti
- ½ tsk vanilla
- 1 tsk bleikur matarlitur

FYRIR RJÓMABÚÐIN:
- 1 bolli vatn
- ½ bolli smjör, skorið í teninga
- 1 bolli alhliða hveiti
- 4 egg

FYRIR APPELSINSKJÓM OG JARÐARBERJAFYLING :
- ½ bolli mjólk
- ½ bolli rjómi
- 2 matskeiðar sykur
- 2 eggjarauður
- 2 matskeiðar sykur
- ½ bolli sneidd jarðarber

LEIÐBEININGAR:
GERÐU CRAQUELIN:
a) Hrærið smjör og sykur þar til fölt. Bætið vanilluþykkni og bleikum matarlit út í. Blandið vel saman. Bætið við hveiti og blandið öllu saman. Fletjið deigið út í 1 tommu þykkt á ofnplötu og frystið í 30 mínútur. Skerið út 3 tommu hringi eftir kælingu.
b) Hitið ofninn í 200°C og klæddu bökunarpappír á bökunarplötu.

GERÐU BAKASTAÐ FYRIR BULLUR:
c) Hitið vatn og smjör að suðu. Takið af hitanum og bætið öllu hveitinu út í í einu. Blandið kröftuglega þar til kúla myndast. Setjið pottinn á lágan hita og eldið í 3-5 mínútur. Takið af hitanum og látið kólna.
d) Bætið eggjum við einu í einu, blandið vel saman eftir hverja viðbót. Flyttu deigið yfir í pípupoka og pípukúlur á bökunarplötuna.
e) Bakið í 10 mínútur, lækkið síðan hitann í 165°C og bakið í 20 mínútur í viðbót þar til það er brúnt. Ekki opna ofnhurðina á meðan þú bakar.
f) Gerðu fyllinguna á meðan bollurnar kólna : Þeytið eggjarauður og sykur í skál. Látið mjólk og rjóma malla í potti og bætið svo vanillu út í. Bætið mjólkurblöndunni hægt út í eggjarauðublönduna og þeytið stöðugt. Eldið þar til það bólar ofan á. Takið af hitanum, sigtið ef þarf og látið kólna. Bætið appelsínuberki út í og blandið jarðarberjum saman við.
g) Fylltu rjómabollurnar með appelsínu- og jarðarberjafyllingunni. Berið fram strax. Njóttu Strawberry Cream Puffs!

3. Lemon Curd Cream Puffs

HRÁEFNI:
- 1 bolli vatn
- ½ bolli ósaltað smjör
- 1 bolli alhliða hveiti
- 4 stór egg
- ¼ teskeið salt
- 1 bolli sítrónuost
- Púðursykur til að rykhreinsa

LEIÐBEININGAR:
a) Forhitaðu ofninn þinn í 425°F (220°C).
b) Hitið vatn, salt og smjör að suðu í potti.
c) Hrærið hveiti út í þar til slétt deig myndast.
d) Takið af hitanum, látið kólna aðeins.
e) Bætið eggjum út í einu í einu, blandið vel saman eftir hvert.
f) Setjið skeiðar á bökunarplötu.
g) Bakið í 20-25 mínútur.
h) Þegar það hefur kólnað skaltu fylla með sítrónuost.
i) Dustið með flórsykri.

4. Bláberja krempuffs

HRÁEFNI:
- 1 bolli vatn
- ½ bolli ósaltað smjör
- 1 bolli alhliða hveiti
- 4 stór egg
- ¼ teskeið salt
- 1 bolli bláberjasulta
- Púðursykur til að rykhreinsa

LEIÐBEININGAR:
a) Forhitaðu ofninn þinn í 425°F (220°C).
b) Hitið vatn, salt og smjör að suðu í potti.
c) Hrærið hveiti út í þar til slétt deig myndast.
d) Takið af hitanum, látið kólna aðeins.
e) Bætið eggjum út í einu í einu, blandið vel saman eftir hvert.
f) Setjið skeiðar á bökunarplötu.
g) Bakið í 20-25 mínútur.
h) Fylltu rjómabollurnar með bláberjasultu.
i) Dustið með flórsykri.

5. Kókoshnetukrem

HRÁEFNI:
- 1 bolli vatn
- ½ bolli ósaltað smjör
- 1 bolli alhliða hveiti
- 4 stór egg
- ¼ teskeið salt
- 1 bolli kókosbrauðsrjómi
- Ristar kókosflögur til skrauts

LEIÐBEININGAR:
a) Forhitaðu ofninn þinn í 425°F (220°C).
b) Hitið vatn, salt og smjör að suðu í potti.
c) Hrærið hveiti út í þar til slétt deig myndast.
d) Takið af hitanum, látið kólna aðeins.
e) Bætið eggjum út í einu í einu, blandið vel saman eftir hvert.
f) Setjið skeiðar á bökunarplötu.
g) Bakið í 20-25 mínútur.
h) Fylltu rjómabollurnar með kókosbrauðskremi og skreytið með ristuðum kókosflögum.

6. Black Forest Cream Puffs

HRÁEFNI:
- 1 bolli vatn
- ½ bolli ósaltað smjör
- 1 bolli alhliða hveiti
- 4 stór egg
- ¼ teskeið salt
- 1 bolli þeyttur rjómi
- ½ bolli niðursoðin kirsuber í sírópi, tæmd
- Súkkulaðispænir til skrauts

LEIÐBEININGAR:
a) Forhitaðu ofninn þinn í 425°F (220°C).
b) Í pott, hitið vatn, salt og smjör að suðu.
c) Hrærið hveiti út í þar til slétt deig myndast.
d) Takið af hitanum, látið kólna aðeins.
e) Bætið eggjum út í einu í einu, blandið vel saman eftir hvert.
f) Skerið deigið í litla hringi á bökunarplötu.
g) Bakið í 20-25 mínútur.
h) Fylltu rjómabollurnar með þeyttum rjóma, bætið við kirsuberjum og skreytið með súkkulaðispæni.

7. Craquelin Cream Puffs

HRÁEFNI:
FYRIR CRAQUELIN:
- 50 g mjúkt smjör
- 75 g ljós muscovado sykur
- 75 g venjulegt hveiti (allur tilgangur)

FYRIR RJÓMABÚÐIN:
- 75 g smjör
- 200ml vatn
- 100 g sterkt venjulegt hveiti (brauðhveiti)
- 3 egg, þeytt

FYLLING:
- 500 g epli, afhýdd, kjarnhreinsuð og skorin í þykkar sneiðar
- 25 g smjör
- 75 g ljós muscovado sykur
- 2 matskeiðar brennivín
- 300ml tvöfaldur rjómi
- 1 tsk vanilluþykkni

LEIÐBEININGAR:
GERÐU CRAQUELIN:
a) Þeytið smjör og sykur saman þar til það hefur blandast vel saman.
b) Bætið hveitinu út í og blandið deiginu saman til að mynda mjúkt deig.
c) Fletjið deigið út á milli tveggja blaða af smjörpappír í 3 mm (⅛ in) þykkt.
d) Frystið deigið.

GERÐU RJÓMABÚÐIN:
e) Setjið smjörið og vatnið í pott, hitið varlega þar til smjörið bráðnar og látið suðuna koma upp.
f) Takið af hitanum og bætið strax við hveitinu og þeytið síðan vel þar til blandan myndar kúlu.
g) Látið kólna.
h) Forhitið ofninn í 200°C/400°F/gas 6.
i) Bætið eggjunum smám saman við kælt deigið, þeytið vel eftir hverja viðbót.
j) Pípu átta hauga af sætabrauði á bökunarplötu.
k) Skerið út átta 5cm (2 tommu) diska af craquelin deiginu og setjið ofan á hverja rjómabollu.
l) Bakið í 20–25 mínútur þar til þær eru vel lyftar og gullnar.

m) Takið úr ofninum og stingið smá gat í hliðina á hverri bollu til að leyfa gufu að komast út.
n) Settu aftur í ofninn og eldaðu í 5 mínútur í viðbót, færðu síðan yfir á vírgrind til að kólna alveg.

GERÐU FYLLINGUNA:
o) Bræðið smjörið á pönnu og steikið eplin þar til þau eru farin að mýkjast.
p) Hrærið muscovado sykrinum og brennivíninu saman við og látið malla þar til eplin eru mjúk og sósan þykknar.
q) Látið kólna alveg.

AÐ KLÁRA:
r) Þeytið rjómann með vanilluþykkni þar til hann stendur í mjúkum toppum.
s) Skerið bollurnar í tvennt lárétt og skiptið eplablöndunni á milli.
t) Rjóma eða skeið þeyttum ofan á og settu bollulokin aftur.
u) Berið fram og njótið!

8. Strawberry Mango Cream Puffs

HRÁEFNI:
FYRIR þeyttu JARÐBERJAGANACHE:
- 175 g jarðarberjasúkkulaði
- 350 g þungur rjómi

FYRIR CRAQUELIN áleggið:
- 42g ósaltað smjör, við stofuhita
- 50 g ljós púðursykur
- 50 g alhliða hveiti

FYRIR CHOUX BAKAÐ:
- 75 g vatn
- 75 g mjólk
- 70 g ósaltað smjör, í teningum
- 1 tsk kornsykur
- ½ tsk kosher salt
- 100 g alhliða hveiti, sigtað
- 150 g egg (um 3 stór), við stofuhita og létt þeytt til að blandast saman

FYRIR MANGO kremið:
- 50 g frostþurrkað mangó
- 50 g kornsykur
- 78 g rjómaostur, kaldur og í teningum
- Klípa af kosher salti
- 300 g þungur rjómi, kaldur

AÐ KLÁRA:
- Strák, frostþurrkaðir ávaxtabitar, ferskar ávaxtasneiðar (valfrjálst)

LEIÐBEININGAR:
FYRIR þeyttu JARÐBERJAGANACHE:
a) Saxið jarðarberjasúkkulaðið smátt og setjið í hitaþolna skál.
b) Hitið rjómann í litlum potti við meðalhita þar til hann gufar. Takið af hitanum og hellið því yfir saxað súkkulaðið.
c) Látið standa í 1 mínútu, þeytið síðan varlega þar til það hefur blandast saman. Kældu niður í stofuhita, þrýstu plastfilmu á yfirborðið og kældu þar til það er alveg kælt, að minnsta kosti 4 klukkustundir og allt að 5 dagar.

FYRIR CRAQUELIN áleggið:
d) Í lítilli skál, þeytið mjúkt smjör og púðursykur þar til slétt.
e) Bætið hveitinu út í og blandið þar til deig myndast. Skafið deigið á bökunarpappír.

f) Setjið annað stykki af smjörpappír ofan á og rúllið deiginu upp í um það bil 1/16" þykkt. Frystið það á meðan þú undirbýr chouxið. (Craquelin er hægt að búa til með allt að 1 mánaða fyrirvara; frystið, vel innpakkað, þar til það er tilbúið til notkunar - engin þörf á að afþíða.)

FYRIR CHOUX BAKAÐ:
g) Forhitið ofninn í 425°F með grind í miðjunni og klæddu stóra bökunarplötu með bökunarpappír.
h) Blandið vatni, mjólk, smjöri, sykri og salti saman í meðalstóran pott. Látið sjóða vel við meðalhita, hrærið af og til.
i) Um leið og blandan er að malla er potturinn tekinn af hellunni og hveitinu bætt út í í einu. Hrærið kröftuglega með tréskeið eða spaða þar til hveitið er alveg innifalið.
j) Setjið pottinn aftur á lágan hita og hrærið stöðugt í, eldið blönduna í 2 mínútur til að hjálpa til við að þorna hana. Flyttu yfir í skálina á blöndunartæki sem er með rófafestingunni.
k) Blandið á meðalhraða í 1-2 mínútur til að losa um gufuna. Deigið ætti að vera 170-175°F á skyndilesandi hitamæli og vera nógu stíft.
l) Með hrærivélinni enn á lágum, streymdu hægt inn þeyttu eggjunum. Blandið á meðalhraða í 4 mínútur þar til deigið stenst þéttleikaprófið.

FYRIR MANGO kremið:
m) Blandið saman frostþurrkuðu mangóinu og sykrinum í skál matvinnsluvélar. Púlsaðu þar til mangóið brotnar niður í fínt duft.
n) Bætið rjómaostinum og salti saman við og blandið saman.
o) Bætið kalda rjómanum út í og vinnið þar til blandan líkist mjög þykkri jógúrt.

AÐ KLÁRA:
p) Notaðu matpinna til að stinga gat í botninn á hverri rjómabollu.
q) Klipptu af oddinn á sprautupokanum sem geymir mangókremið. Stingið oddinum í gatið og pípið í mangókremið þar til pústið er þungt.
r) Hrærið hring af þeyttum jarðarberjaganache ofan á. Skreytið með strái, frostþurrkuðum ávaxtabitum eða sneiðum af ferskum ávöxtum.
s) Njóttu strax, eða geymdu í kæli og njóttu innan 4 klukkustunda frá samsetningu.

9. Lemon Cream Puffs

HRÁEFNI:

FYRIR LEMON CURD:
- 40 grömm af sítrónusafa
- 60 grömm af sykri
- 1 egg
- 1 eggjarauða
- 50 grömm af köldu smjöri í teningum

FYRIR súkkulaðiskelina:
- 250 grömm af hvítu súkkulaði
- Gulur súkkulaðilitur

FYRIR MARSHMALLOW FLUFF (FLØDEBOLLE SKUM):
- 85 grömm af strásykri
- 40 grömm af glúkósasírópi
- 25 grömm af vatni
- 50 grömm af eggjahvítum
- 10 grömm af strásykri
- ½ teskeið af vanillumauki

FYRIR MARSIPAN BASIN:
- 100 grömm af marsipan

SKREIT:
- Ætanlegt gullblað

LEIÐBEININGAR:

LEMON CURD:

a) Blandið saman sítrónusafa, sykri, eggi og eggjarauðu í litlum potti. Þeytið stöðugt við lágan til meðalhita þar til blandan nær 80-85°C og þykknar.

b) Takið af hitanum, síið osturinn í skál til að fjarlægja soðna eggjabita og látið kólna í 2 mínútur.

c) Bætið köldu smjörinu í teninga saman við og blandið því saman með blöndunartæki þar til það er slétt.

d) Settu sítrónuostinn yfir í pípupoka, lokaðu honum vel og geymdu í kæli þar til það er vel kælt.

SÚKKULAÐI SKEL:

e) Á meðan sítrónuosturinn kólnar, tempraðu hvíta súkkulaðið og litaðu það með gulum súkkulaðilitum til að fá líflegan gulan blæ.

f) Dreifið súkkulaðinu í sílikonformið og tryggið jafna þekju. Bankaðu mótinu á borðið og hvolfið því á stórt stykki af smjörpappír til að láta umfram súkkulaði leka af. Geymið allt súkkulaði sem eftir er.
g) Geymið aukasúkkulaði í litlum pípupoka, haltu því heitu í vasanum til að nota síðar til að þétta rjómabollurnar.
h) Settu sílikonformið niður á lítið borð og kældu til að stífna.

MARSHMALLOW FLUFF (FLØDEBOLLE SKUM):
i) Látið suðuna koma upp í litlum potti, vatn, glúkósasíróp og 85 grömm af strásykri þar til það nær 117°C (notið sykurhitamæli).
j) Á meðan sírópið eldar, þeytið eggjahvítur í hreinni skál á miklum hraða þar til þær mynda þétt net af hvítum loftbólum. Bætið 10 grömmum af strásykri smám saman út í og þeytið áfram að miðlungs/stífum toppum.
k) Takið sykursírópið af hitanum og hellið því rólega út í eggjahvíturnar, þeytið á fullum hraða í 8-10 mínútur þar til lóin stífnar. Bætið vanillumaukinu út í og blandið saman.
l) Flyttu marshmallow loðið yfir í pípupoka.

MARSIPAN BASE:
m) Fletjið marsípanið út í 8 mm þykkt. Skerið út 6 hringi með 4 cm kökuformi til að passa við rjómabotnana.

SAMSETNING:
n) Pípaðu marshmallow-fluffið inn í súkkulaðiskeljarnar, píddu síðan sítrónuostinn í miðjuna á rjómabollunni og teygðu hana smám saman út til að fylla miðjuna.
o) Bætið marsipanbotninum við og þéttið botninn með fráteknu súkkulaði.
p) Frystið í 5 mínútur til að stífna, sem gerir það auðveldara að taka úr forminu.
q) Rekjaðu varlega brún botnsins á rjómabollunni til að losa hann úr sílikonmótinu, snúðu því síðan við og ýttu því varlega út.
r) Skreytt með ætu gulllaufi ef til vill. Njóttu!

10. Cinnamon Epli Cream Puffs

HRÁEFNI:
FYRIR CRAQUELIN Kökuáleggið:
- 60 grömm af ósaltuðu smjöri, mýkt
- 40 grömm af strásykri
- 60 grömm af alhliða hveiti
- Rauður gel matarlitur

FYRIR CHOUX BAKAÐ:
- 60 grömm af ósaltuðu smjöri
- 60 grömm af vatni
- 60 grömm af mjólk
- Rauður gel matarlitur
- 70 grömm af alhliða hveiti
- 125 grömm af heilum eggjum, þeytt (um 2,5 stór egg)

FYRIR KANEL EPLA ÞEYTURJÓMINN:
- 2 meðalstór epli, afhýdd og smátt skorin
- 100 grömm af púðursykri
- 1 matskeið af möluðum kanil
- 1 tsk af vanilluþykkni
- 1 matskeið af maíssterkju
- 700 grömm af þeyttum rjóma

FYRIR SÚKKULAÐISTÁLINA:
- 50 grömm af hvítu súkkulaði
- Brúnn og grænn gel matarlitur

LEIÐBEININGAR:
CRAQUELIN Kökuálegg:

a) Notaðu spaða í lítilli skál til að kremja saman mjúkt smjör, kornsykur og rauðan hlaup matarlit þar til það er rjómakennt og jafnt.

b) Blandið hveitinu saman við þar til það myndar slétt og mjúkt deig.

c) Setjið deigið á milli tveggja plastfilmu (eða einni plötu brotin í tvennt) og fletjið því út í um það bil ⅛" þykkt með kökukefli. Brjótið yfir brúnirnar sem eftir eru af plastfilmu og frystið þar til það verður að föstu og flatu laki, um það bil 30 mínútur.

CHOUX sætabrauð:

d) Forhitið ofninn í 400°F og klæddu bökunarplötu með bökunarpappír.

e) Í litlum potti yfir miðlungs hita, hitið smjörið, vatnið, mjólkina og rauða hlaupmatarlitinn að suðu. Það er tilbúið þegar litlar loftbólur birtast á yfirborðinu.

f) Bætið öllu hveitinu út í í einu og hrærið hratt þar til það myndast mjúkt deig.
g) Haltu áfram að elda deigið við meðalhita í 3-4 mínútur til að þorna það. Það ætti að líkjast þurru kartöflumús.
h) Látið deigið kólna þar til það er orðið heitt að snerta.
i) Bætið egginu við deigið í þremur hlutum, hrærið vel eftir hverja viðbót þar til eggið er að fullu innlimað. Deigið kann að virðast hrokkið í upphafi, en haltu áfram að hræra.
j) Deigið er tilbúið þegar það er slétt og gljáandi. Það ætti að skilja eftir V-laga þríhyrning af deigi sem hanga af spaðanum.
k) Notaðu 2" smákökusköku til að setja hauga af deigi á fóðruðu bökunarplötuna og skildu eftir að minnsta kosti 2" á milli hvers haugs.
l) Fjarlægðu craquelin úr frystinum og notaðu 2" hringlaga skeri til að skera hringi af craquelin lakinu. Settu þessar umferðir ofan á hvern choux deighaug.
m) Bakið við 400°F í 5 mínútur, lækkið síðan ofnhitann í 350°F og bakið í 25-30 mínútur í viðbót þar til pústirnar eru orðnar stífar. Nokkrum mínútum áður en þær eru búnar að bakast skaltu nota prjóna til að stinga lítið gat ofan á hverja lund til að leyfa gufu að komast út. Þetta gat mun einnig þjóna sem staður til að setja súkkulaðistilkana í síðar. Leyfið pústunum að kólna alveg áður en þær eru fylltar.

KANNEL EPLÞEYTUR:
n) Blandið saman söxuðum eplum, púðursykri, kanil og vanilluþykkni í litlum potti. Lokið og látið suðuna koma upp við meðalhita. Eldið í 3-5 mínútur þar til eplasafi losnar.
o) Hrærið maíssterkju hratt út í þar til safinn þykknar í hlauplíkri sósu. Ef það er of þurrt geturðu bætt við matskeiðum eða tveimur af vatni. Settu í litla skál til að kólna alveg á borðinu eða í ísskápnum.
p) Notaðu rafmagnshrærivél eða þeytara í stórri blöndunarskál til að þeyta rjómann þar til hann þykknar og myndar mjúka toppa.
q) Bætið kældu eplakompottinum út í þeytta rjómann og blandið saman þar til það hefur blandast vel saman með því að nota spaða.
r) Flyttu þeytta rjómann yfir í pípupoka með hringlaga þjórfé sem hleypir söxuðum eplabitum í gegn.
s) Notaðu annan pípuodda eða chopstick til að búa til gat í botninn á hverri choux puff. Stingið stútnum á sprautupokanum í gatið og pípið kremið inn í deigið þar til veggirnir stækka aðeins og fyllingin fer að leka út. Notaðu hreinan fingur til að þurrka burt umfram allt.

SÚKKULAÐI STINLAR:

t) Bræðið hvíta súkkulaðið á lítilli pönnu eða örbylgjuofni, hitið í 15 sekúndna þrepum.
u) Skiptið brædda súkkulaðinu í tvær litlar skálar og bætið brúnum hlaupmatarlit í aðra og grænum hlaupmatarlit í hina. Hrærið vel saman.
v) Flyttu súkkulaðið yfir í tvo pínulitla pípupoka og klipptu af hverjum poka.
w) Klæðið lítið skurðarbretti með vaxpappír. Notaðu brúna súkkulaðið til að leiða beinar línur um 2" langar fyrir stilkana.
x) Notaðu græna súkkulaðið til að pípa hringlaga dúkku um ⅓ frá enda hvers stilks, beint ofan á stilkinn. Þrýstið niður með litlum offsetspaða til að fletja út og dragið síðan varlega frá stilknum í horn til að smyrja súkkulaðið. Mótaðu strokið í punkt fyrir blaðið með því að nota hlið fingursins.
y) Kældu þessar stilkar í ísskápnum í um 15 mínútur þar til þeir harðna. Fjarlægðu þær varlega af vaxpappírnum og stingdu þeim ofan í götin ofan á hverja rjómabollu þar sem þú stakkst í þær við bakstur. Njóttu!

11. Mandarín appelsínu krempuffs

HRÁEFNI:
FYRIR CRAQUELIN:
- 5 matskeiðar kalt smjör, skorið í litla teninga
- ½ bolli kornsykur
- ¾ bolli alhliða hveiti
- Klípa af salti
- ½ tsk vanillubaunamauk
- Appelsínugult gel matarlitur

FYRIR CHOUX:
- ½ bolli nýmjólk
- ½ bolli vatn
- ½ bolli smjör
- ⅛ teskeið salt
- 1 bolli alhliða hveiti
- 4 egg
- 1 eggjahvíta

MANDARIN CURD:
- ½ bolli sykur
- 1 matskeið maíssterkju
- 1 ½ matskeið fínt rifið mandarínubörkur
- 3 matskeiðar mandarínusafi
- 3 matskeiðar vatn
- 3 þeyttar eggjarauður
- ¼ bolli smjör, skorið í bita

VANILLU CREME MOUSSELINE:
- 2 bollar nýmjólk
- 4 eggjarauður
- ⅔ bolli kornsykur
- ¼ bolli maíssterkju
- 1 bolli auk 4 matskeiðar ósaltað smjör, skipt

LEIÐBEININGAR:
CHOUX AU CRAQUELIN:
a) Í skál matvinnsluvélar, vinnið sykur og smjörbita þar til þeir mynda stóra mola.
b) Bætið hveiti, salti og vanillubaunamauki út í og vinnið þar til deig myndast. Blandið deiginu saman til að mynda disk.

c) Rúllaðu deiginu á milli tveggja stykki af smjörpappír þar til það er 1/16 tommu þunnt. Settu það þakið í frysti í að minnsta kosti 1 klst.
d) Skerið deigið í 2 tommu hringi og geymið hringina í frysti þar til þeir eru tilbúnir til notkunar. Þú gætir þurft að rúlla deigleifunum út aftur til að fá nógu marga hringi (u.þ.b. 40).
e) Forhitaðu ofninn í 350 gráður F og klæððu 2 kökuplötur með smjörpappír eða sílikonmottu.
f) Blandið saman mjólk, vatni, smjöri og salti í meðalstórum potti. Látið suðuna koma upp.
g) Bætið hveiti saman við í einu og hrærið kröftuglega. Eldið og hrærið þar til blandan myndar kúlu. Takið af hitanum og bætið eggjum og eggjahvítu út í einu í einu, þeytið vel með tréskeið eftir hverja viðbót.
h) Útbúið deigið í sprautupoka með stórum hringlaga enda. Pípaðu 1 ½ tommu hringi og hyldu með frosnum craquelin hring.
i) Bakið í 30 til 35 mínútur eða þar til gullið og stíft. Færið yfir á vírgrind og látið kólna.

MANDARIN CURD:
j) Hrærið saman sykri og maíssterkju í meðalstórum potti.
k) Hrærið mandarínuberki, mandarínusafa og vatni saman við. Eldið og hrærið við meðalhita þar til það er þykkt og freyðandi.
l) Hrærið helmingnum af mandarínblöndunni út í eggjarauður. Setjið eggjarauðublönduna aftur í pottinn. Eldið að vægri suðu, lækkið hitann og eldið og hrærið í 2 mínútur í viðbót eða þar til þykknar. Takið af hitanum.
m) Bætið smjörbitum saman við, hrærið þar til bráðið. Hyljið yfirborð ostsins með plastfilmu. Kældu í að minnsta kosti 1 klukkustund, allt að 48 klukkustundir.

VANILLU CREME MOUSSELINE:
n) Í þungum potti, láttu mjólkina bara sjóða við meðalhita.
o) Í meðalstórri skál, þeytið saman eggjarauður, egg, sykur og maíssterkju þar til slétt er.
p) Þegar mjólkin er komin upp, lækkið hitann og hellið ⅓ af volgri mjólkinni í skálina með eggjablöndunni í þunnum straumi á meðan hrært er stöðugt. Setjið blönduna aftur í pottinn og hitið rólega að lágum suðu, hrærið stöðugt í.
q) Þegar blandan er komin að suðu og þykknað, takið þá af hitanum og hrærið 4 msk af smjöri og vanillu saman við.

r) Hellið í hitaþolið ílát og settu plastfilmu beint á yfirborðið til að koma í veg fyrir að húð myndist. Geymið í kæli þar til það er kalt.
s) Þegar það er alveg kælt og stíflað (að minnsta kosti 4 klukkustundir; helst yfir nótt), takið úr ísskápnum og bætið í skálina með hrærivél. Blandið á lágt til að losa sætabrauðskremið varlega.
t) Skerið 2 smjörstangirnar sem eftir eru í teninga og bætið þeim einum í einu út í sætabrauðskremið. Þeytið á háu þar til það er fullkomlega blandað og slétt.

SAMSETNING:
u) Fylltu sætabrauðspoka með mandarínuostinum og annan með sætabrauðspokanum að eigin vali með creme mousseline.
v) Gerðu lítið gat í botninn á rjómabollunni og fylltu hann með osti. Pípaðu síðan toppinn með creme mousseline.
w) Ef vill, toppið með mandarínubörk og ætu blómi.

12. Lychee Jelly Cream Puffs

HRÁEFNI:
CRAQUELIN:
- 50 g smjör
- 50 g hveiti
- 50 g sykur
- Valfrjáls matarlitur

PÂTE À CHOUX:
- 70 g vatn
- 50 g smjör
- 60 g hveiti
- 2 meðalstór egg

LYCHEE krem/ FYLLING:
- 400 g kaldur þungur þeyttur rjómi
- 2 matskeiðar Sykur
- Púðursykur (eftir smekk)
- 12 litkí (ferskt eða niðursoðið hvort tveggja virka)
- 2 matskeiðar sítrónusafi
- 4 stórir lychee hlaupbollar eða 8 litlir bollar

LEIÐBEININGAR:
FYRIR JELLY DISK FYLLINGUNA:
a) Bræðið lychee bollana í potti við lágan/miðlungshita, passið að brenna ekki. Valfrjálst, bæta við matarlit/litarefni.

b) Hellið bræddu lychee í létt smurt muffinsform eða valfrjálst sílikonmót. Þú gætir þurft að skera hlaupið til að það passi í rjómabollurnar.

FYRIR LYCHEE MAUKIÐ:
c) Blandið lychee þar til það er slétt.

d) Eldið blandað lychee með 2 msk sítrónusafa og 2 msk sykri við lágan/miðlungs hita í litlum potti þar til það þykknar.

e) Kælið lychee maukið í kæli. Valfrjálst, látið það í gegnum sigti til að fá sléttari áferð.

FYRIR CRAQUELIN:
f) Hrærið smjörið og sykurinn saman við og blandið síðan hveitinu saman við.

g) Rúllið deiginu á milli tveggja bökunarstykki og leyfið því að stífna í frysti.

FYRIR CHOUX:

h) Hitið vatnið og smjörið þar til það byrjar bara að sjóða. Slökktu á hitanum.
i) Bætið öllu hveitinu saman við og hrærið kröftuglega með gúmmíspaða þar til deigið losnar af pönnunni.
j) Leyfið deiginu að kólna í 10 mínútur.
k) Hellið 1 eggi út í og hrærið fljótt þar til það hefur blandast að fullu. Það mun líta undarlega út í byrjun, en haltu áfram að blanda!
l) Þeytið síðasta eggið í sérstakri skál og stráið egginu síðan smá í einu út í deigið á meðan hrært er (þú getur ekki notað öll eggin). Prófaðu samkvæmni með því að dýfa í og lyfta spaðanum þínum; það á að mynda V og brotna af.
m) Rífið deigið á bökunarpappírsklædda plötu. Skerið hringlaga jafnstóra diska úr kældu craquelin deiginu og setjið ofan á hvern haug af deigi.
n) Bakið við 200°C í um það bil 20 mínútur. Fjarlægðu og láttu kólna alveg.

FYRIR LYCHEE kremið:
o) Þeytið kalda rjómann með sykri þar til hann er þykkur.
p) Bætið 3 matskeiðum af kældu lychee maukinu út í og þeytið þar til það er stíft.

SAMSETNING:
q) Skerið toppana af pústunum og pípið í lychee-rjómablönduna hálfa leið.
r) Setjið lychee hlaupskífu ofan á og fyllið svo ofan á með meira lychee kremi.
s) Hrærið þeyttum rjóma ofan á og skreytið að vild. Njóttu!

KAFFI OG TE RJÓMAR

13. Kaffikrem

HRÁEFNI:

- 1 bolli vatn
- ½ bolli ósaltað smjör
- 1 bolli alhliða hveiti
- 4 stór egg
- ¼ teskeið salt
- 1 bolli þungur rjómi
- 2 matskeiðar skyndikaffi
- 2 matskeiðar flórsykur

LEIÐBEININGAR:

a) Forhitaðu ofninn þinn í 425°F (220°C).
b) Hitið vatn, salt og smjör að suðu í potti.
c) Hrærið hveiti út í þar til slétt deig myndast.
d) Takið af hitanum, látið kólna aðeins.
e) Bætið eggjum út í einu í einu, blandið vel saman eftir hvert.
f) Setjið skeiðar á bökunarplötu.
g) Bakið í 20-25 mínútur.
h) Þeytið þungan rjómann með instantkaffi og flórsykri.
i) Skerið pústirnar í tvennt og fyllið þær með kaffirjóma.

14. Matcha Green Tea Cream Puffs

HRÁEFNI:
- 1 bolli vatn
- ½ bolli ósaltað smjör
- 1 bolli alhliða hveiti
- 4 stór egg
- ¼ teskeið salt
- 2 matskeiðar matcha grænt te duft
- 1 bolli þeyttur rjómi

LEIÐBEININGAR:
a) Forhitaðu ofninn þinn í 425°F (220°C).
b) Í pott, hitið vatn, salt og smjör að suðu.
c) Hrærið hveiti út í þar til slétt deig myndast.
d) Takið af hitanum, látið kólna aðeins.
e) Bætið eggjum út í einu í einu, blandið vel saman eftir hvert.
f) Skerið deigið í litla hringi á bökunarplötu.
g) Bakið í 20-25 mínútur.
h) Þeytið rjómann með matcha grænu tedufti.
i) Fylltu rjómabollurnar með matcha þeyttum rjóma.

15. Mokka Cream Puffs

HRÁEFNI:
- 1 bolli vatn
- ½ bolli ósaltað smjör
- 1 bolli alhliða hveiti
- 4 stór egg
- ¼ teskeið salt
- 2 matskeiðar kakóduft
- 2 matskeiðar skyndikaffi
- 1 bolli þeyttur rjómi

LEIÐBEININGAR:
a) Forhitaðu ofninn þinn í 425°F (220°C).
b) Í pott, hitið vatn, salt og smjör að suðu.
c) Hrærið hveiti út í þar til slétt deig myndast.
d) Takið af hitanum, látið kólna aðeins.
e) Bætið eggjum út í einu í einu, blandið vel saman eftir hvert.
f) Skerið deigið í litla hringi á bökunarplötu.
g) Bakið í 20-25 mínútur.
h) Blandið saman kakódufti og skyndikaffi með þeyttum rjóma.
i) Fylltu rjómabollurnar með þeyttum rjóma með mokkabragði.

16. Mjólkte og kaffirjómabollur

HRÁEFNI:

FYRIR CRAQUELIN (COOKIE CRUST):
- 4½ matskeiðar ósaltað smjör, skorið í teninga
- 100 grömm af ljós púðursykri
- Klípa af kosher salti
- 85 grömm af alhliða hveiti
- ¾ teskeiðar vanilluþykkni

FYRIR MJÓLKTEBÆKISKREM:
- 1¼ bollar nýmjólk
- 1½ msk Ceylon svart te lauf
- 1 Lipton svartur tepoki
- 57 grömm af sykri
- 15 grömm maíssterkju
- ⅛ teskeiðar kosher salt
- 2 stórar eggjarauður
- 15 grömm ósaltað smjör (1 matskeið), skorið í litla teninga

FYRIR KAFFISTAÐARKÆMI:
- 1 bolli nýmjólk
- 2 teskeiðar skyndikaffi
- 57 grömm af sykri
- 15 grömm maíssterkju
- ⅛ teskeiðar kosher salt
- 2 stórar eggjarauður
- 15 grömm ósaltað smjör (1 matskeið), skorið í litla teninga

FYRIR CHOUX (CREAM PUFFS):
- 2 stór egg
- ½ stór eggjahvíta
- ¼ bolli nýmjólk
- ¼ bolli vatn
- 57 grömm ósaltað smjör (4 matskeiðar), skorið í ½ tommu sneiðar
- 1½ tsk sykur
- ⅛ teskeið kosher salt
- 68 grömm af alhliða hveiti

FYRIR STÖÐUGLEGA þeyttan rjóma:
- 2 matskeiðar vatn (við stofuhita)
- 1 tsk óbragðbætt gelatínduft
- 1 bolli kalt þungur rjómi
- 3 matskeiðar flórsykur

LEIÐBEININGAR:
FYRIR CRAQUELIN (COOKIE CRUST):
a) Í matvinnsluvél, púlsaðu smjörið, ljósan púðursykur og salt þar til það er bara blandað saman.
b) Bætið hveiti út í og blandið þar til blandan lítur út fyrir að vera rak og mylsnuð.
c) Bætið vanillu út í og pulsið þar til það hefur blandast saman.
d) Færið deigið yfir á hreint yfirborð, mótið í hringlaga disk og fletjið út á milli smjörpappírs.
e) Skerið í 1½ tommu hringi með kökusköku og frystið.

FYRIR MJÓLKTEBÆKISKREM:
f) Brött Ceylon svört telauf og tepoki í suðumjólk í 30 mínútur.
g) Þeytið saman sykur, maíssterkju og eggjarauður þar til það verður ljós og loftkennt.
h) Sigtið teblönduna og bætið henni við eggjarauðublönduna.
i) Eldið þar til það þykknar, þeytið stöðugt.
j) Takið af hitanum og blandið smjöri út í.
k) Kældu í 3 klst.

FYRIR KAFFISTAÐARKÆMI:
l) Setjið skyndikaffið í sjóðandi mjólk í 30 mínútur.
m) Þeytið saman sykur, maíssterkju og eggjarauður þar til það verður ljós og loftkennt.
n) Sigtið kaffiblönduna og bætið henni út í eggjarauðublönduna.
o) Eldið þar til það þykknar, þeytið stöðugt.
p) Takið af hitanum og blandið smjöri út í.
q) Kældu í 3 klst.

FYRIR CHOUX (CREAM PUFFS):
r) Forhitið ofninn í 375°F og klæddu bökunarplötur með bökunarpappír.
s) Þeytið egg og eggjahvítur í skál.
t) Í pott, hitið mjólk, vatn, smjör, sykur og salt að suðu.
u) Bætið hveiti út í, hrærið þar til deigið myndast og þunn filma myndast á botninum.
v) Flyttu yfir í blöndunarskál, slepptu gufu og bættu þeyttum eggjum smám saman út í.
w) Pípið haugar á bökunarplötur, toppið með frosnum craquelin hringum og bakið.

FYRIR STÖÐUGLEGA þeyttan rjóma:
x) Mýkið gelatínið í vatni og látið það síðan leysast upp í örbylgjuofn.
y) Þeytið þungan rjóma og flórsykur og bætið síðan matarlímsblöndunni út í.
z) Þeytið þar til mjúkir toppar myndast.

SAMSETNING:
aa) Fylltu rjómabollur með mjólkurtei og kaffibrauðskremi með sætabrauðspoka.
bb) Berið fram strax eða innan 30 mínútna.
cc) Njóttu dýrindis Hong Kong Style Milk Tea and Coffee Cream Puffs!

17. Earl Grey og Dark Chocolate Cream Puffs

HRÁEFNI:
SÚKKULAÐI PÂTE SUCRÉE:
- 150 g ósaltað smjör, við stofuhita
- 112g flórsykur
- 2g salt
- 5g vanilluþykkni
- 50 g egg
- 195 g alhliða hveiti
- 55 g kakóduft
- 20 g maíssterkju

PÂTE À CHOUX:
- 125 g vatn
- 125 g nýmjólk
- 5g ofurfínn sykur
- 5 g fleur de sel (sjávarsalt)
- 110 g ósaltað smjör
- 140 g alhliða hveiti
- 250 g egg

EARL GREY CHANTILLY:
- 100 g þungur rjómi
- 5g lausblaða Earl Grey te
- 200 g þungur rjómi
- 15g flórsykur

DÖKK súkkulaðimús:
- 120 g egg
- 50 g sykur
- 160g gott dökkt súkkulaði (70-73%), smátt saxað
- 263g þungur rjómi

SÚKKULAÐI SKREIT:
- 125 g dökkt súkkulaði, smátt saxað

LEIÐBEININGAR:
FYRIR SÚKKULAÐI PÂTE SUCRÉE:
a) Í hrærivél, kremið smjörið þar til það er rjómakennt.
b) Sigtið flórsykurinn út í og þeytið þar til það verður ljóst.
c) Bætið eggjum, salti og vanilluþykkni út í og þeytið þar til það hefur blandast saman.

d) Sigtið hveiti, kakóduft og maíssterkju út í og þeytið þar til deigið myndar kúlu.
e) Pakkið inn í plastfilmu og kælið í 4 klst.
f) Fjarlægðu tertudeigið og flettu það út í minna en 1/16 tommu (1 mm) þykkt. Setjið á bökunarplötu og frystið í 20 mínútur.

FYRIR PÂTE À CHOUX:
g) Hitið vatnið, mjólk, sykur, salt og smjör að suðu í potti.
h) Á meðan potturinn er enn yfir hita skaltu bæta hveitinu í einu út í. Þeytið kröftuglega með tréskeið þar til deigið er slétt og glansandi og haldið áfram að þeyta þar til deigið losnar frá hliðunum á pönnunni.
i) Setjið deigið yfir í skál og blandið eggjunum saman við eitt í einu, þeytið stöðugt.
j) Eftir 20 mínútur í frysti skaltu fjarlægja tertudeigið og skera út tólf til fjórtán 2 ½ tommu (7 cm) umferðir.
k) Forhitið ofninn í 400°F (200°C).
l) Klæðið bökunarplötu með bökunarpappír. Píptu út 12 til 14 choux-kúlur sem eru um það bil 2 ½ tommur (6,5 cm) í þvermál og ½ tommu (1,5 cm) á hæð, raðaðu þeim á fóðruðu bökunarplötuna með um 2 tommu (5 cm) millibili. Setjið disk af sætu tertudeigi á hvern choux.
m) Settu þær í ofninn og slökktu á ofninum. Haltu ofninum slökkt í tíu mínútur. Kveiktu aftur á ofninum í 350°F (180°C) og haltu áfram að baka chouxinn.
n) Eftir tíu mínútur skaltu renna viðarskeið á milli ofnsins og hurðarinnar til að halda honum opnum að hluta. Bakið í tíu mínútur í viðbót. Færið chouxinn yfir á vírgrind til að kólna.

FYRIR EARL GREY CHANTILLY:
o) Hitið 100 g af þungum rjóma í potti þar til það kemur að suðu.
p) Bætið við lausblaða Earl Grey teinu, hyljið með loki og látið malla í 20 mínútur. Sigtið og kælið alveg í ísskáp.
q) Þeytið 200 g af þungum rjóma og flórsykri í stífan toppa. Bætið Earl Grey rjómanum rólega út í á meðan þeyttur er. Flyttu yfir í sprautupoka með stjörnuodda og geymdu í ísskáp.

FYRIR Dökk súkkulaðimús:
r) Þeytið þungan rjómann í meðalstóra toppa og setjið til hliðar í ísskápnum.
s) Setjið eggin og sykurinn í skál hrærivélar og setjið yfir heitt vatnsbað á meðan þeytt er stöðugt þar til það nær 60°C/140°F.

t) Takið blönduna af hellunni og setjið hana í hrærivélina. Þeytið á miklum hraða þar til það kólnar í um 35°C/95°F og myndar tætlur, um það bil 10 mínútur.
u) Á meðan bræðið súkkulaðið yfir heita vatnsbaðinu. Látið það kólna í 35°C/95°F.
v) Þegar bæði eggjahræran og súkkulaðið hafa náð réttu hitastigi, þeytið egginu út í súkkulaðið þar til það hefur blandast jafnt saman.
w) Brjótið helminginn af þeytta rjómanum saman við súkkulaðiblönduna og blandið svo hinum helmingnum saman við.
x) Hrærið súkkulaðimúsinni í botninn á rjómabollunum, stoppið þegar hún er komin á toppinn. Settu Earl Grey Chantilly á pípuna og settu síðan toppinn á rjómabolluna ofan á. Settu smá dopp af Earl Grey kremi ofan á.

FYRIR SÚKKULAÐI SKREIT:
y) Settu lak af asetati á vinnuborðið þitt og undirbúið pergament keilu.
z) Setjið 100 g af súkkulaðinu í suðu sett yfir pott með varla sjóðandi vatni. Bræðið súkkulaðið í 43°C en hitið það ekki frekar.
aa) Takið af hellunni og bætið hinum 25 g af súkkulaðinu út í. Hrærið stöðugt þar til súkkulaðið nær 27°C.
bb) Til að prófa hvort það sé rétt mildað skaltu smyrja litlu magni af súkkulaði á asetatið. Ef súkkulaðið hefur harðnað eftir nokkrar mínútur, hefur glans á því og smellur þegar þú brýtur það er það mildað.
cc) Færið súkkulaðið upp í 31°C, gætið þess að hita það ekki frekar, annars verður það úr skapi.
dd) Flyttu súkkulaðið yfir á smjörkeiluna og píddu mismunandi stóra hringi sem skarast á smjörpappírinn. Látið súkkulaðið stífna.
ee) Hitið lítinn hringlaga kökuform um það bil ½ tommu í þvermál með blástursljósi. Klippið hringi úr súkkulaðiblúndunni og setjið til hliðar.

AÐ KLÁRA:
ff) Settu hring af súkkulaðiblúndu í punktinn á Earl Grey Chantilly.
gg) Skreytið með þurrkuðum blómum (finnast í nokkrum lausblaða Earl Grey tei) og berið fram strax.

18. Dalgona Cream Puffs

HRÁEFNI:
FYRIR RJÓMABÚÐINN:
- ¼ bolli af smjöri
- 6 matskeiðar af vatni
- 2 matskeiðar af mjólk
- ⅛ teskeið af salti
- 1 tsk af sykri
- ½ bolli af alhliða hveiti
- 2 egg

FYRIR eggjaþvottinn:
- 1 eggjarauða
- 1 matskeið af vatni

FYRIR DALGONA kremfyllinguna :
- 10 matskeiðar af þungum rjóma (140 ml)
- 2 ½ matskeiðar af strásykri (1 ½ til að þeyta rjómann og 1 til að búa til dalgona)
- ½ teskeið af vanilluþykkni
- 1 matskeið af skyndikaffi
- 1 matskeið af heitu vatni

LEIÐBEININGAR:
DEIG:

a) Byrjaðu á því að bæta smjöri, vatni, mjólk, salti og sykri í lítinn pott. Hafið sigtað hveiti tilbúið í sérstakri skál. Hitið pottinn yfir meðalháum hita og þeytið hráefnin varlega saman til að bræða þau saman.

b) Þegar blandan byrjar að sjóða, lækkið hitann niður í lágan og takið pottinn af hitagjafanum á svalt yfirborð eins og steinborð.

c) Bætið strax hveitinu út í og hrærið aðeins áður en potturinn er settur aftur á helluborðið á lágum hita. Gakktu úr skugga um að allt hveiti sé að fullu samþætt. Þrýstu deiginu á botn og hliðar pottsins til að fjarlægja umfram raka og eldaðu hveitið. Haltu áfram í um það bil 2 mínútur þar til deigið er orðið þykkt og þykkt.

d) Flyttu deigblönduna yfir í meðalstóra blöndunarskál. Blandaðu því í stutta stund með handþeytara eða þeytara til að brjóta það í sundur og leyfðu því að kólna alveg.

e) Á meðan þú bíður eftir að deigið kólni, forhitaðu ofninn í 425°F og útbúið rör og poka. Klæðið bökunarplötu með bökunarpappír.

f) Þeytið eggin í sérstakri skál. Þegar deigið hefur kólnað, bætið við helmingnum af þeyttu eggjunum og þeytið þar til það hefur blandast saman. Bætið restinni af eggjunum út í og þeytið aftur þar til allt kemur saman í slétta, þykka blöndu.
g) Flyttu blönduna í tilbúna sprautupokann og settu hana í spíralhauga á bökunarplötunni. Dragðu fingurgómana og snertu varlega efst á hverjum haug til að ná þeim af.
h) Undirbúðu eggjaþvottinn með því að þeyta eggjarauðuna og vatnið saman og penslaðu síðan haugana varlega.
i) Bakið í ofni í 10 mínútur við 425°F, lækkið síðan hitann í 325°F og bakið í 20-22 mínútur til viðbótar. Skeljarnar eiga að hafa hert ytra byrði og ljósbrúnan lit. Látið þær kólna alveg áður en fyllingin er sett í.

DALGONA krem FYLLING:

j) Í blöndunarskál, þeytið saman þungan rjómann, 1 ½ matskeið af sykri og vanilluþykkni þar til miðlungs toppar myndast.
k) Blandaðu skyndikaffi, 1 matskeið af sykri og heitu vatni í aðra skál. Ef þú notar handþeytara skaltu byrja að þeyta á lágu þar til blandast saman, skiptu síðan yfir í hátt til að búa til dalgona krem. Ef þeytt er í höndunum, þeytið kröftuglega.
l) Brjótið dalgona rjómann saman við þeytta rjómann.

SAMSETNING:

m) Skerið toppana af rjómabollunum af og skeið eða pípa í æskilegu magni af dalgona rjómafyllingu.

19. Espressó sósa Rjóma puffs

HRÁEFNI:
PUFFAR:
- ½ bolli vatn
- ¼ bolli saltað smjör, skorið í sundur
- ½ tsk kornsykur
- ¼ teskeið salt
- ½ bolli alhliða hveiti
- 3 stór egg, skipt
- púðursykur, til að rykhreinsa

VANILLU MASCARPONE krem:
- 1 (8 aura) ílát af mascarpone osti
- 1 búðingssnarlbolli með vanillubragði
- 2 matskeiðar flórsykur
- 1 tsk vanilluþykkni

SÚKKULAÐI-ESPRESSÓ SÓSA:
- 4 aura bitursætt súkkulaði, saxað
- ½ bolli þungur þeyttur rjómi
- 2 tsk malaðar espressóbaunir

LEIÐBEININGAR:
a) Hitið ofninn í 400 gráður og klæðið bökunarplötu með bökunarpappír. Teiknaðu sex 2-¼-tommu hringi með 2 tommu millibili á smjörpappírinn. Snúðu pappírnum yfir á bökunarplötuna og leggðu til hliðar.

b) Blandið vatni, smjöri, kornsykri og salti saman í pott. Látið suðuna koma upp í blöndunni. Bætið við hveiti í einu og eldið, hrærið kröftuglega með tréskeið í 2 mínútur. Takið af hitanum og látið kólna í 5 mínútur. Bætið 2 eggjum út í, einu í einu, þeytið vel með tréskeið eftir hverja viðbót.

c) Fylltu sætabrauðspoka með ½ tommu látlausu sætabrauði með deiginu. Settu deigið í spírala á smjörpappírinn, byrjið á brún hringanna og vinnið í átt að miðjunni og lyftið pokanum smám saman. Penslið afganginum af þeyttu egginu yfir deigið, sléttið yfirborðið örlítið.

d) Bakið í 25 til 30 mínútur eða þar til púffurnar eru gullinbrúnar og stífar. Notaðu trétannstöngul til að stinga göt á hvert sætabrauð til að leyfa gufu að komast út. Flyttu þær yfir á vírgrind til að kólna.

e) Undirbúðu vanillu mascarpone kremið: Blandaðu saman mascarpone osti, vanillubúðingi snakkbollanum, flórsykri og vanilluþykkni í meðalstórri skál. Setja til hliðar.
f) Búið til súkkulaði-espressósósuna: Setjið súkkulaðið í litla hitaþolna skál og setjið til hliðar. Sameina þunga rjómann og espressó baunirnar í örbylgjuofnþolinni skál. Örbylgjuofn á hátt í 1 mínútu, eða þar til það byrjar að sjóða. Sigtið blönduna í gegnum fínmöskju sigti sem er sett yfir súkkulaðiskálina til að fjarlægja fast espressóefni.
g) Látið súkkulaði-espressóblönduna standa í 1 mínútu og þeytið henni síðan þar til hún er slétt.
h) Skerið rjómabollurnar þversum í tvennt. Helltu vanillu mascarpone kreminu í neðstu helmingana. Skiptu um toppana. Hellið súkkulaði-espressósósunni yfir toppana. Ef þess er óskað, sigtið þá með viðbótar púðursykri.

20. Chai Cream Puffs

HRÁEFNI:
FYRIR PATE A CHOUX
- 1 bolli vatn
- ½ bolli smjör, skorið í teninga
- ½ tsk salt
- 1 matskeið sykur
- 1 bolli hveiti
- 4 egg

FYRIR CHAI-ÞEYTTURJÓMAFYLLINGuna
- 1 ½ bolli þungur rjómi
- ¼ bolli chai þykkni
- ¾ bolli hvít súkkulaðibitar, brætt
- Malaður kanill

LEIÐBEININGAR:
FYRIR PATE A CHOUX:
a) Forhitið ofninn í 425°F.
b) Klæðið bökunarplötu með bökunarpappír og setjið til hliðar. Blandið saman vatni, smjöri, salti og sykri í miðlungs potti yfir miðlungshita.
c) Látið malla þar til smjörið hefur bráðnað og blandan nær léttum suðu. Takið blönduna af hellunni og hrærið hveitinu út í með tréskeið. Setjið blönduna aftur á hitann og haltu áfram að hræra þar til blandan byrjar að losna af hliðunum á pönnunni og kúla myndast.
d) Takið af hitanum og leyfið blöndunni að kólna í 4-5 mínútur. Hrærið eggjunum út í einu í einu. Blandan getur brotnað eða sundrast við hverja viðbót, en hún ætti að koma saman aftur áður en egginu er bætt við. Deigið þitt ætti að vera glansandi og hafa slétt samkvæmni.
e) Flyttu það yfir í pípupoka með stórum hringlaga þjórfé (svo sem tengi) og settu það með um 2 tommu millibili á bökunarplötuna. Notaðu lítið magn af vatni til að slétta út toppa á hverjum deighaug.
f) Bakið í 10 mínútur við 425°F, lækkið síðan ofnhitann í 375°F og bakið í 15-20 mínútur eða þar til hann er gullinbrúnn. Leyfið skeljunum að kólna alveg áður en þær eru fylltar.

FYRIR CHAI-þeytta rjómafyllinguna :
g) Gakktu úr skugga um að allt sé kalt áður en þú byrjar, þar með talið hrærivélarskálina þína.

h) Þeytið þunga rjómann á meðalháum hraða í hrærivél með þeytara þar til stífir toppar myndast. Þeytið chai þykknið út í þar til það er bara blandað saman.
i) Kældu blönduna í ísskáp þar til þörf er á.

SAMSETNING:
j) Fylltu sprautupoka með stórum hringlaga þjórfé (eins og Wilton 12) með chai þeyttum rjómafyllingu.
k) Settu oddinn á sprautupokanum í botninn á kældri kremskel. Pípufylling í kældu skelina þar til hún byrjar að leka aðeins út.
l) Dýfðu fylltu rjómabollunum í bráðið hvítt súkkulaði og stráðu möluðum kanil yfir. Njóttu!

HNEÐUTÆKAR RJÓMAPÚFFAR

21. Möndlukremspuffs

HRÁEFNI:

- 1 bolli vatn
- ½ bolli ósaltað smjör
- 1 bolli alhliða hveiti
- 4 stór egg
- ¼ teskeið salt
- 1 bolli möndlubrauðskrem
- Möndlur í sneiðar til skrauts

LEIÐBEININGAR:

a) Forhitaðu ofninn þinn í 425°F (220°C).
b) Í pott, hitið vatn, salt og smjör að suðu.
c) Hrærið hveiti út í þar til slétt deig myndast.
d) Takið af hitanum, látið kólna aðeins.
e) Bætið eggjum út í einu í einu, blandið vel saman eftir hvert.
f) Skerið deigið í litla hringi á bökunarplötu.
g) Bakið í 20-25 mínútur.
h) Fylltu pústirnar með möndlubrauðskremi.
i) Skreytið með sneiðum möndlum.

22. Heslihnetu Pralín rjómabollur

HRÁEFNI:

- 1 bolli vatn
- ½ bolli ósaltað smjör
- 1 bolli alhliða hveiti
- 4 stór egg
- ¼ teskeið salt
- 1 bolli heslihnetu pralínemauk
- ¼ bolli saxaðar ristaðar heslihnetur

LEIÐBEININGAR:

a) Forhitaðu ofninn þinn í 425°F (220°C).
b) Í pott, hitið vatn, salt og smjör að suðu.
c) Hrærið hveiti út í þar til slétt deig myndast.
d) Takið af hitanum, látið kólna aðeins.
e) Bætið eggjum út í einu í einu, blandið vel saman eftir hvert.
f) Skerið deigið í litla hringi á bökunarplötu.
g) Bakið í 20-25 mínútur.
h) Fylltu með heslihnetumauki.
i) Stráið söxuðum ristuðum heslihnetum yfir.

23. Heslihnetur og ristað marshmallow krempuffs

HRÁEFNI:
HESSELNUT PRALÍN:
- 100 g heslihnetur
- 30 g kornsykur
- 12g vatn

PRALÍNSTAÐAKREM:
- 142 g nýmjólk
- 75 g pralínmauk
- 230 g þungur rjómi
- 50 g kornsykur
- 22 g maíssterkju
- 45 g eggjarauður
- 45 g ósaltað smjör, við stofuhita

KÖKKUR FYRIR CHOUX:
- 180 g ljós púðursykur
- 150 g alhliða hveiti
- 30 g möndlumjöl
- 85 g ósaltað smjör, skorið í ¼ tommu bita

PÂTE À CHOUX:
- 250 g vatn
- 125g ósaltað smjör, við stofuhita
- 2,5 g kosher salt
- 138 g alhliða hveiti
- 250 til 275 g egg

SVISSNESKUR marengs:
- 100 g eggjahvítur
- 150 g kornsykur

LEIÐBEININGAR:
HESSELNUT PRALÍN:
a) Forhitið ofninn í 300°F. Klæðið bökunarplötu með bökunarpappír og ristið heslihneturnar þar til þær eru mjög ljósgulbrúnar. Ekki ofristað, þar sem þær munu halda áfram að eldast þegar þær eru karamellusettar.
b) Nuddaðu heslihneturnar til að fjarlægja hýði þeirra.
c) Blandið sykrinum og vatni saman í litlum potti við meðalhita. Látið suðuna koma upp og eldið í 1 mínútu.

d) Bætið heitum heslihnetunum út í og hrærið þar til þær eru jafnhúðaðar og karamellulagðar.
e) Flyttu karamelluðu heslihneturnar yfir á bökunarpappír eða silpatfóðraða ofnplötu til að kólna alveg.
f) Blandið 80 g af karamelluðu heslihnetunum saman þar til þær líkjast maísmjöli, bætið síðan mjólkinni saman við og blandið þar til slétt. Setjið til hliðar afganginn af 20 g af karamelluðum heilum heslihnetum.

PRALÍNSTAÐAKREM:
g) Hitið pralínmjólkurblönduna og þungan rjóma í potti við meðalhita og hrærið stöðugt í.
h) Blandið saman sykri og maíssterkju í lítilli skál, bætið við eggjarauðunum og þeytið þar til fölt.
i) Bætið ¼ af mjólkurblöndunni hægt út í eggjarauðurnar, setjið hana síðan aftur í pottinn og eldið þar til þyknar.
j) Takið af hitanum, bætið smjöri út í og sigtið í gegnum fínt möskva sigti. Kælið, setjið plastfilmu yfir og kælið í 2 klukkustundir eða yfir nótt.

KÖKKUR FYRIR CHOUX:
k) Blandið púðursykri, alhliða hveiti og möndlumjöli saman í skál hrærivélar.
l) Bætið smjöri saman við og blandið þar til það hefur blandast saman og myndar mylsna blöndu.
m) Fletjið deigið út á milli smjörpappírs í 1/16 tommu þykkt. Frystið þar til það er kalt.

PÂTE À CHOUX:
n) Forhitið ofninn í 375°F.
o) Blandið vatni, smjöri og salti saman í pott. Hrærið þar til smjörið er bráðið.
p) Hrærið hveitinu saman við þar til deigið losnar frá hliðunum og er gljáandi.
q) Færið deigið yfir í hrærivélarskál og blandið á lágum hraða.
r) Bætið eggjum smám saman út í þar til deigið losnar frá hliðunum en grípur aðeins aftur í.
s) Flyttu deigið í sætabrauðspoka og settu það á silpat eða smjörpappír eftir sniðmáti.
t) Setjið smákökur ofan á pípulaga choux og þrýstið aðeins á til að festa.
u) Bakið við 375°F, lækkið síðan í 350°F í 30-35 mínútur, síðan 325°F í 10 mínútur í viðbót.

SVISSNESKUR marengs:

v) Blandið eggjahvítum og sykri saman í hrærivélarskál yfir sjóðandi vatni. Þeytið þar til það nær 60°C.
w) Þeytið á meðalháum hraða í 5-8 mínútur þar til gljáandi stífir toppar myndast.

SAMSETNING:
x) Skerið rjómabollurnar ¾ af leiðinni upp.
y) Rjótið pralínu sætabrauðskremið inn í pústirnar.
z) Ræmið svissneskan mareng ofan á sætabrauðskremið.
aa) Ristið marengsinn varlega með bútan kyndli.
bb) Settu toppinn á pústinu aftur á.
cc) Stráið smá marengsdopp ofan á og skreytið með heilum og helmingum karamelluðum heslihnetum.
dd) Berið fram strax.

24. Pistasíurjómabollur

HRÁEFNI:

- 1 bolli vatn
- ½ bolli ósaltað smjör
- 1 bolli alhliða hveiti
- 4 stór egg
- ¼ teskeið salt
- 1 bolli pistasíu sætabrauðskrem
- Saxaðar pistasíuhnetur til skrauts

LEIÐBEININGAR:

a) Forhitaðu ofninn þinn í 425°F (220°C).
b) Hitið vatn, salt og smjör að suðu í potti.
c) Hrærið hveiti út í þar til slétt deig myndast.
d) Takið af hitanum, látið kólna aðeins.
e) Bætið eggjum út í einu í einu, blandið vel saman eftir hvert.
f) Setjið skeiðar á bökunarplötu.
g) Bakið í 20-25 mínútur.
h) Fylltu bollurnar með pistasíubrauðskremi.
i) Skreytið með söxuðum pistasíuhnetum.

25. Pistasíu- og hindberjarjómabollur

HRÁEFNI:
- 1 bolli vatn
- ½ bolli ósaltað smjör
- 1 bolli alhliða hveiti
- 4 stór egg
- ¼ teskeið salt
- 1 bolli pistasíu sætabrauðskrem
- ½ bolli hindberjakompott

LEIÐBEININGAR:
a) Forhitaðu ofninn þinn í 425°F (220°C).
b) Hitið vatn, salt og smjör að suðu í potti.
c) Hrærið hveiti út í þar til slétt deig myndast.
d) Takið af hitanum, látið kólna aðeins.
e) Bætið eggjum út í einu í einu, blandið vel saman eftir hvert.
f) Setjið skeiðar á bökunarplötu.
g) Bakið í 20-25 mínútur.
h) Fylltu rjómabollurnar með pistasíubrauðskremi og skeið af hindberjakompotti.

26. Pralín krempuffs

HRÁEFNI:
FYRIR CRAQUELIN:
- 85 g ósaltað smjör, mildað (stofuhita)
- 100 g púðursykur
- 100 g hveiti

FYRIR CHOUX BAKAÐ:
- 125 g vatn
- 125 g mjólk
- 100 g smjör
- 6g sykur
- ½ tsk salt
- 150 g venjulegt (allskyns) hveiti
- 4 egg, stofuhita

FYRIR pralínlímið:
- 125 g heslihnetur
- 125 g möndlur
- 150 g flórsykur
- 15g vatn

FYRIR PRALINE MOUSSELINE kremið:
- 4 eggjarauður
- 80 g flórsykur
- 40 g maíssterkju
- 10g hveiti
- 480 g mjólk
- 1 vanillustöng, klofinn langsum og skafinn
- 15 g smjör, kalt, í teningum
- 200 g pralínmauk
- 150 g smjör, mildað (stofuhita)

FYRIR CHANTILLY kremið:
- 300ml þungur rjómi, kalt
- 1,5 matskeiðar flórsykur
- 1 vanillustöng, klofinn langsum og skafinn

FYRIR SAMKOMUN:
- Flórsykur
- Karamelliseruðu hnetur (gefin úr pralínmauki)

LEIÐBEININGAR:
FYRIR CRAQUELIN:
a) Í meðalstórri skál, kremið saman smjörið og púðursykurinn þar til það er slétt og föl á litinn.
b) Bætið hveitinu saman við og blandið saman þar til það myndast mjúkt deig, passið að blandast ekki of mikið.
c) Setjið deigið á milli tveggja bökunarpappírsstykki, rúllið því þar til það nær 2 mm þykkt og setjið í frysti í 1 klukkustund eða þar til það er tilbúið til notkunar.

FYRIR CHOUX BAKAÐ:
d) Forhitið ofninn í 350°F/180°C. Klæðið bökunarplötu með bökunarpappír.
e) Blandið saman vatni, mjólk, smjöri, sykri og salti í stórum potti. Látið suðuna koma upp, takið síðan af hellunni og bætið strax hveitinu út í. Hrærið þar til það eru ekki fleiri hveitirákir og deig fer að myndast.
f) Setjið pottinn aftur yfir miðlungs-háan hita og eldið í 1-2 mínútur þar til deigið er að losa sig frá hliðunum á pönnunni.
g) Flyttu deigið yfir í hrærivélarskál með söðulfestingu. Blandið á lágum-miðlungshraða í 3 mínútur til að kæla deigið og gufa upp gufuna/rakann.
h) Bætið eggjunum út í einu í einu, hrærið vel á milli hverrar útsetningar þar til þú nærð æskilegri þéttleika.
i) Flyttu deigið í sprautupoka með látlausum, hringlaga stút og settu chouxinn á fóðraða bökunarplötu.
j) Setjið craquelin hring ofan á hvert choux deig og þrýstið varlega niður.
k) Bakið í forhituðum ofni við 350°F/180°C í 25-30 mínútur.

FYRIR PRALÍNPASTAÐ:
l) Ristið heslihneturnar og möndlurnar við 350°F/180°C í 10 mínútur. Nuddið hýðinu af heslihnetunum með hreinu eldhúshandklæði.
m) Blandið sykrinum og vatni saman í pott. Látið suðuna koma upp við háan hita þar til hún verður gulbrún.
n) Bætið hnetunum út í og blandið saman til að hjúpa þær í karamellunni. Hellið karamelluðu hnetunum á klædda ofnplötu, dreifið jafnt yfir og látið kólna og stífna.
o) Brjótið pralíníð í sundur og geymið um það bil 50 g af því. Í öflugum blandara/matvinnsluvél skaltu vinna afganginn af pralínunni í um það bil 10 mínútur til að mynda fljótandi deig. Bætið við 1-2 matskeiðum af hlutlausri olíu ef þarf.

FYRIR PRALINE MOUSSELINE kremið:
p) Þeytið saman eggjarauður og sykur þar til það er ljós á litinn.
q) Bætið maíssterkju og hveiti saman við, blandið þar til slétt og setjið til hliðar.
r) Í pott, bætið mjólkinni, vanillustönginni og afskornum fræjum út í og látið sjóða. Fjarlægðu vanillustöngina.
s) Hellið heitu mjólkinni smám saman yfir eggjablönduna til að tempra eggjarauðurnar. Setjið blönduna aftur á helluna og eldið þar til hún þykknar.
t) Takið af hitanum, bætið köldu smjörinu út í og blandið þar til það er alveg bráðnað.
u) Hellið sætabrauðskreminu í skál, hyljið með plastfilmu og kælið þar til það hefur kólnað.
v) Flyttu kremið konfektinu yfir í hrærivélarskál, þeytið blönduna, bætið pralínmaukinu út í og blandið þar til það hefur blandast vel saman.
w) Bætið mjúka smjörinu út í, smá í einu, þeytið vel á milli hverrar útsetningar þar til það verður glansandi og rjómakennt.

FYRIR CHANTILLY kremið:
x) Þeytið kalda rjómann þar til froðukennt er, bætið flórsykri og vanillustöngufræjum út í og þeytið að stífum toppum.

SAMSETNING:
y) Skerið toppana af choux puffunum.
z) Pípið pralínu mousseline kremið í neðstu rjómabollurnar og sléttið það af.
aa) Ræmið Chantilly kremið ofan á, byrjið að utan.
bb) Setjið afskorna rjómabolluna ofan á.
cc) Endið með því að strá af flórsykri og skreytið með karamelluðu hnetunum.
dd) Berið fram og njótið!

27. Pecan Pie Cream Puffs

HRÁEFNI:
FYRIR BRÚNSYKUR CRAQUELIN:
- ¾ bolli pakkaður púðursykur
- 10 matskeiðar ósaltað smjör, við stofuhita
- 1 bolli sigtað hveiti
- ⅛ teskeið salt

FYRIR RJÓMABÚÐUR (CHOUX BAKKAÐ):
- 125 grömm vatn (½ bolli + 1 matskeið)
- 125 grömm nýmjólk (½ bolli + 1 matskeið)
- 5 grömm af sykri (½ teskeið)
- 5 grömm salt (½ teskeið)
- ½ bolli ósaltað smjör (1 stafur)
- 140 grömm hveiti (¾ bolli + 2 matskeiðar)
- 4 egg

FYRIR PECAN FYLLINGU:
- ½ bolli ósaltað smjör, skorið í teninga (1 stafur)
- ⅓ bolli hunang
- ½ bolli pakkaður púðursykur
- 2 eggjarauður
- ¼ teskeið salt
- 1 tsk vanillubaunamauk
- 2 bollar ristaðar saxaðar pekanhnetur

FYRIR BOURBON VANILLU ÞEYTURJÓM:
- 2 bollar þungur (þeyttur) rjómi
- ½ bolli flórsykur
- 1 tsk vanillubaunamauk
- 2 matskeiðar bourbon

LEIÐBEININGAR:
AÐ BÚA TIL BRÚNSYKUR CRAKELIN:

a) Blandið saman smjöri og púðursykri í skálinni með hrærivél. Blandið þar til slétt.

b) Bætið við hveiti og salti, hrærið þar til það er að fullu blandað og slétt. Safnið blöndunni saman með skálsköfu og setjið hana á milli tveggja smjörpappírsplötur. Fletjið það út í um það bil ⅛" þykkt, frystið síðan smjörblönduna í um það bil 5 mínútur.

c) Þegar það hefur verið kælt skaltu nota 2" kringlótt skeri til að skera út 24 umferðir af craquelin. Þú getur rúllað afgangunum aftur ef þörf krefur. Settu hringina í frysti þar til þú þarft.

RJÓMABÚÐARBÚIN (CHOUX BAKKAÐ):

d) Forhitið ofninn í 400°F. Klæðið bökunarplötur með smjörpappír og setjið til hliðar.
e) Blandið vatni, mjólk, sykri, salti og smjöri saman í pott. Látið suðu koma upp við meðalháan hita.
f) Þegar það hefur sjóðað, bætið við hveiti og hrærið hratt þar til blandan verður slétt og glansandi og dregur frá hliðunum á pönnunni.
g) Flyttu blönduna yfir í hrærivélarskál. Með hrærivélinni á lágu, bætið eggjum út í einu í einu þar til deigið er slétt.
h) Pípið haugar af choux-deigi á tilbúnar bökunarplötur og setjið craquelin-hring ofan á hverja. Bakið eins og sagt er í leiðbeiningunum.

Undirbúningur PECAN FYLLINGARINNAR:

i) Blandið smjöri, hunangi, púðursykri, eggjarauðu og salti saman í pott. Hitið við meðalhita, hrærið af og til, þar til sykurinn leysist upp og blandan sýður.
j) Leyfið því að sjóða í eina mínútu og takið svo af hellunni.
k) Bætið vanillubaunamauki og söxuðum pekanhnetum saman við og hrærið saman. Látið blönduna kólna og þykkna.

GERÐUR BOURBON VANILLU ÞEYTURJÓM:

l) Setjið kaldan þungan rjóma, flórsykur og vanillubaunamauk í hrærivélarskál með þeytara. Þeytið þar til kremið þykknar og myndar toppa.
m) Hellið bourboninu smám saman út í með hrærivélinni í gangi á lágum tíma. Blandið þar til það hefur blandast vel saman.

SAMSETNING:

n) Skerið kældu rjómabollurnar varlega og skeiðið pekanfyllingunni í botninn á hverri. Toppið með þeyttum rjóma og rjómalokinu.
o) Skreytið með þeyttum rjóma til viðbótar og heilli pekanhnetu, ef vill. Njóttu rjómabollanna sama dag til að halda craquelin stökku.

OSTA-GREITAR RJÓMAPÚFAR

28. Rjómalöguð geitaostakrem

HRÁEFNI:
FYRIR RJÓMABÚÐAR:
- 110 g (4 aura) venjulegt hveiti
- 175 ml (6 aura) vatn
- ½ tsk fínt salt
- 75 g (3 aura) smjör, saxað
- 3 meðalstór egg, þeytt

FYRIR RAUÐLAUKSMÆÐI:
- 2 rauðlaukar, fínt skornir
- 2 timjangreinar, blöð tínd
- 2 tsk balsamik edik
- 1 tsk mjúkur púðursykur

TIL ÁFYLLINGAR:
- 200 g (7 aura) mjúkur geitaostur
- 100ml þeyttur eða tvöfaldur rjómi

LEIÐBEININGAR:
a) Hitið ofninn í gas 6, 200ºC, blástur í 180ºC. Klæðið stóra bökunarplötu með bökunarpappír. Sigtið hveitið á bökunarpappír.
b) Hitið vatnið, saltið og smjörið í potti þar til smjörið hefur bráðnað. Látið suðuna koma upp, takið af hitanum og bætið hveitinu út í í einu. Þeytið kröftuglega með tréskeið þar til blandan er orðin slétt og myndar kúlu.
c) Settu pönnuna aftur á lágan hita og þeytið í hálfa mínútu. Takið af hitanum og látið kólna aðeins.
d) Þeytið eggin út í, einu í einu, og bætið síðasta egginu smám saman út í þar til deigið er glansandi og mjúkt.
e) Setjið deigblönduna á bökunarpappírinn í litlum haugum, vel á milli.
f) Bakið í 20 mínútur eða þar til það er vel lyft og gullið. Stingið í hliðina á hverri bollu með beittum hníf til að leyfa gufu að komast út. Settu aftur í ofninn í 2 mínútur til að verða stökkar og færðu síðan yfir á vírgrind til að kólna.
g) Gerðu rauðlaukinn á meðan: Hitið ólífuolíu á stórri pönnu, bætið lauk, timjani, kryddi út í og steikið í 15 mínútur, hrærið oft. Bætið við sykri og balsamikediki og eldið í 2-3 mínútur eða þar til það er karamellukennt. Setjið til hliðar til að kólna.
h) Þeytið rjómann og blandið geitaostinum varlega saman við, kryddið með svörtum pipar.
i) Til að bera fram, setjið rjómaostinn í sprautupoka og setjið skeið í hverja rjómaost. Toppið með skeið af rauðlaukinu og berið fram strax. Njóttu Creamy Goat's Cheese Cream Puffs!

29. Jarðarberjaostakaka Cream Puffs

HRÁEFNI:

- 1 bolli vatn
- ½ bolli ósaltað smjör
- 1 bolli alhliða hveiti
- 4 stór egg
- ¼ teskeið salt
- 1 bolli rjómaostafylling
- 1 bolli fersk jarðarber, skorin í sneiðar

LEIÐBEININGAR:

a) Forhitaðu ofninn þinn í 425°F (220°C).
b) Í pott, hitið vatn, salt og smjör að suðu.
c) Hrærið hveiti út í þar til slétt deig myndast.
d) Takið af hitanum, látið kólna aðeins.
e) Bætið eggjum út í einu í einu, blandið vel saman eftir hvert.
f) Skerið deigið í litla hringi á bökunarplötu.
g) Bakið í 20-25 mínútur.
h) Fylltu rjómabollurnar með rjómaostafyllingu og toppið með ferskum jarðarberjasneiðum.

30. Kabocha Ostakaka Cream Puff

HRÁEFNI:
FYRIR CRAQUELIN:
- 25 g (2 matskeiðar) ósaltað smjör, mýkt
- 25 g (2 matskeiðar) púðursykur
- 25 g (4 matskeiðar) alhliða hveiti
- Nokkrir dropar af appelsínugulum matarlit (valfrjálst)

FYRIR PÂTE À CHOUX:
- 57 ml (¼ bolli) vatn
- 57 ml (¼ bolli) nýmjólk
- ½ tsk sykur
- ½ tsk salt
- 57 g (¼ bolli) ósaltað smjör
- 70 g (½ bolli og 2 matskeiðar) alhliða hveiti
- 110 g (~2 ½) stór egg, létt þeytt

FYRIR KABOCHA OSTAKökufyllinguna :
- 210 g (1 bolli) kabocha-squash, gufusoðið og maukað
- 226 g (1 blokk) rjómaostur, stofuhita
- 240 g (1 bolli) þungur þeyttur rjómi
- 60 g (½ bolli) konfektsykur

LEIÐBEININGAR:
CRAQUELIN:
a) Blandið öllu hráefninu saman í meðalstórri skál og blandið saman með gúmmíspaða þar til það er slétt.
b) Fletjið craquelin deigið út í ⅛ tommu að þykkt. Notaðu kökusköku til að skera út 10 2 tommu hringi. Setja til hliðar.

PÂTE À CHOUX:
c) Forhitið ofninn í 350°F (180°C).
d) Blandið saman vatni, mjólk, sykri, salti og smjöri í pott. Látið suðuna koma upp, takið af hitanum og bætið strax öllu hveitinu út í. Hrærið hveitinu hratt út í og setjið pottinn aftur á meðalháan hita.
e) Hrærið stöðugt í blöndunni þar til hún verður slétt, um 1-2 mínútur. Það ætti að líkjast þurru kartöflumús og draga í burtu frá hliðum pönnunnar.
f) Flyttu deigið yfir í blöndunarskál sem er búin með hjólafestingunni. Blandið við lágt til að kæla chouxinn.

g) Á meðan hrærivélin er í gangi á miðlungslækkun, streymdu smám saman léttþeyttum eggjunum inn. Blandið þar til það hefur blandast vel saman.
h) Flyttu pâte à choux yfir í sprautupoka með hringlaga odd. Píptu út 10 choux hauga á tilbúna bökunarplötu og skildu eftir um það bil 2 tommur á milli hverrar blásturs. Ef þú ert að búa til choux með craquelin toppi skaltu bæta craquelininu við choux haugana.
i) Settu bökunarplötuna inn í ofninn og bakaðu strax choux puffs í 35 mínútur. Snúðu bökunarplötunni og minnkaðu ofninn í 325°F (160°C) og bakið síðan í 10 mínútur í viðbót þar til chouxinn er djúpt gullinn. Takið úr ofninum og setjið á kæligrind til að kólna.

KABOCHA OSTAKÖKUFYLLING:
j) Gufðu kabocha-squashið þar til það er mjúkt með gaffli. Fjarlægðu húðina áður en þú maskar með gaffli. Látið maukaða kabocha kólna alveg.
k) Þeytið þunga þeytta rjómann í skál með standandi hrærivél með þeytarafestingu þar til miðlungs toppar myndast (um það bil 2-3 mínútur). Færið þeytta rjómann yfir í aðra skál. (Geymið 3 matskeiðar til skreytingar ef skreytt er rjómabollurnar sem grasker)
l) Þeytið rjómaostinn á miðlungsháum hraða í skál með standandi hrærivél með róðrafestingu þar til hann er loftkenndur (um það bil 2-3 mínútur). Bætið sælgætissykri út í og þeytið þar til blandast saman.
m) Blandið þeyttum rjómanum saman við rjómaostablönduna með gúmmíspaða.
n) Brjótið kælda og maukaða kabocha saman við með spaða þar til hann er að fullu innlimaður.
o) Flyttu blönduna í sprautupoka með opnum stjörnuodda.

SAMSETNING:
p) Skerið toppinn af choux puffsunum með hnífnum.
q) Pípaðu choux holurnar með kabocha ostakökufyllingu.
r) Toppaðu hverja rjómabollu með hinni choux hálfu eins og hattur.
s) Valfrjálst, pípa nokkrar squiggles af grænum þeyttum rjóma fyrir vínviðinn.
t) Berið fram strax.

31. Skinku- og ostakremspuffs

HRÁEFNI:
FYLLING:
- 1 öskju (8 aura) af smurhæfum rjómaosti með graslauk og lauk
- ½ bolli af majónesi
- 3 matskeiðar af 2% mjólk
- 1 bolli af teningum fullsoðinni skinku
- 1 bolli af rifnum cheddar osti
- 3 matskeiðar af söxuðum sætum rauðum pipar
- 1 matskeið af söxuðum graslauk
- 1 matskeið af hakkaðri ferskri steinselju
- 1 hakkað hvítlauksrif

RJÓMABÚÐAR:
- 1 bolli af vatni
- ½ bolli af smjöri í teningum
- ¼ teskeið af krydduðu salti
- ⅛ teskeið af hvítlauksdufti
- ⅛ teskeið af laukdufti
- 1 bolli af alhliða hveiti
- 4 stór egg
- 1 bolli af rifnum cheddar osti
- 1 matskeið af hakkaðri ferskri steinselju
- 1 matskeið af söxuðum graslauk
- Auka söxuð fersk steinselja og graslaukur

LEIÐBEININGAR:
a) Blandið rjómaostinum, majónesinu og mjólkinni saman í lítilli skál þar til það er vel blandað saman. Hrærið skinku, osti, sætum rauðum pipar, graslauk, steinselju og hvítlauk saman við. Lokið og kælið þar til það er tilbúið til notkunar.
b) Látið suðuna koma upp í stórum potti, vatnið, smjörið í teningum, kryddað salti, hvítlauksdufti og laukdufti. Bætið hveitinu í einu út í og hrærið þar til það myndast slétt kúla. Taktu af hitanum; látið standa í 5 mínútur. Bætið eggjum við, einu í einu, þeytið vel eftir hverja viðbót. Haltu áfram að þeyta þar til blandan er slétt og glansandi. Hrærið ostinum, steinseljunni og graslauknum saman við.
c) Slepptu blöndunni með teskeiðar, með 2 tommu millibili, á smurðar bökunarplötur. Bakið við 400°F í 20-25 mínútur eða þar til gullbrúnt. Fjarlægðu í vírgrind. Kljúfið lundirnar strax opnar; fjarlægðu toppana og settu þá til hliðar. Fargið mjúku deiginu innan frá. Leyfið pústunum að kólna.
d) Rétt áður en borið er fram skaltu fylla rjómabollurnar með skinkublöndunni. Stráið til viðbótar steinselju og graslauk yfir.

SÚKKULAÐI RJÓM PUFFS

32. Heitt súkkulaðikrem

HRÁEFNI:
FYRIR CHOUX sætabrauð:
- ½ bolli vatn
- ½ bolli nýmjólk
- ½ bolli ósaltað smjör
- 1 matskeið kornsykur
- ¼ teskeið salt
- 1 bolli alhliða hveiti
- 4 stór egg

FYRIR HEIT SÚKKULAÐI FYLLING:
- 2 bollar nýmjólk
- ½ bolli þungur rjómi
- 8 aura dökkt súkkulaði, smátt saxað
- 2 matskeiðar ósykrað kakóduft
- ¼ bolli kornsykur
- 2 matskeiðar maíssterkju
- ¼ teskeið salt
- 1 tsk vanilluþykkni
- 2 matskeiðar ósaltað smjör

FYRIR þeyttan rjómaálegg:
- 1 bolli þungur rjómi
- 2 matskeiðar flórsykur
- ½ tsk vanilluþykkni

LEIÐBEININGAR:
FYRIR CHOUX sætabrauð:

a) Forhitaðu ofninn þinn í 400°F (200°C) og klæddu bökunarplötu með bökunarpappír.
b) Blandið saman vatni, mjólk, smjöri, sykri og salti í meðalstórum potti. Hitið við meðalhita þar til smjörið er bráðið og blandan kemur að suðu.
c) Takið af hitanum og bætið öllu hveiti út í í einu. Hrærið kröftuglega þar til blandan myndar kúlu og dregur sig frá hliðunum á pönnunni.
d) Leyfið blöndunni að kólna í nokkrar mínútur. Bætið síðan eggjunum út í einu í einu og þeytið vel eftir hverja viðbót þar til deigið er slétt.
e) Flyttu choux deigið yfir í pípupoka með stórum hringlaga odd.
f) Látið litla hauga af deigi á tilbúna bökunarplötuna og skiljið eftir smá bil á milli hvers haugs.

g) Bakið í forhituðum ofni í um 25-30 mínútur eða þar til pústirnar eru orðnar uppblásnar og gullinbrúnar.
h) Takið rjómabollurnar úr ofninum og látið þær kólna á vírgrind.

FYRIR HEIT SÚKKULAÐI FYLLING:
i) Blandið mjólk og þungum rjóma saman í meðalstóran pott. Hitið blönduna yfir meðalhita þar til hún er heit en ekki sjóðandi. Haltu því heitt.
j) Þeytið saman kakóduft, sykur, maíssterkju og salt í sérstakri skál.
k) Bætið þurru blöndunni smám saman út í volga mjólkina og rjómann á meðan þeytt er stöðugt. Haltu áfram að elda og þeyta þar til blandan þykknar.
l) Takið af hitanum og hrærið dökka súkkulaðinu og vanilluþykkni saman við þar til súkkulaðið er alveg bráðið og fyllingin slétt.
m) Bætið smjöri við heita súkkulaðifyllinguna og hrærið þar til það er að fullu tekið upp.
n) Látið fyllinguna kólna örlítið og setjið hana síðan yfir í pípupoka.

FYRIR þeyttan rjómaálegg:
o) Þeytið þungan rjómann í kældri hrærivélarskál þar til hann byrjar að þykkna.
p) Bætið flórsykri og vanilluþykkni út í. Haltu áfram að þeyta þar til stífir toppar myndast.

SAMSETNING:
q) Notaðu beittan hníf og skerðu kældu rjómabollurnar varlega í tvennt lárétt.
r) Hreinsið heita súkkulaðifyllinguna á neðri helming hverrar rjómabollu.
s) Settu efsta helminginn af rjómabollunni aftur ofan á fyllinguna til að búa til samloku.
t) Hrærið rausnarlegan hring af þeyttum rjóma ofan á hverja rjómabollu.
u) Þú getur dustað rjómabollurnar með kakódufti eða súkkulaðispænum til skrauts ef vill.
v) Berið fram heita súkkulaðirjómabollurnar og njótið á meðan fyllingin er enn volg.

33. Reese's hnetusmjörsrjómabollur

HRÁEFNI:

FYRIR Hnetusmjörsbotninn:
- 80 grömm af rjómalöguðu hnetusmjöri
- 20 grömm af púðursykri
- ¼ teskeið af vanillumauki

FYRIR súkkulaðiskelina:
- 300 grömm af dökku súkkulaði

FYRIR MARSHMALLOW FLUFF (FLØDEBOLLE SKUM):
- 85 grömm af strásykri
- 40 grömm af glúkósasírópi
- 25 grömm af vatni
- 50 grömm af eggjahvítum
- 10 grömm af strásykri
- ½ teskeið af vanillumauki

SKREIT:
- Saltar jarðhnetur

LEIÐBEININGAR:

Hnetusmjörsbotn:
a) Blandið hnetusmjörinu, flórsykrinum og vanillumaukinu saman í skál. Blandið þar til slétt. Kælið í kæli á meðan súkkulaðiskel og marshmallow fluff er útbúið.

SÚKKULAÐI SKEL:
b) Herðið dökkt súkkulaðið.
c) Skiptið súkkulaðinu í sílikonformið og passið að það nái yfir allt mótið. Bankaðu mótið á borðið og snúðu súkkulaðinu í hringi til að tryggja jafna þekju.
d) Snúið mótinu á hvolf á bökunarpappír til að láta umfram súkkulaði leka út. Geymið afganginn af súkkulaðinu í sprautupoka til að loka rjómabollunum.
e) Settu sílikonformið á lítið borð, á hvolfi, og leyfðu því að harðna á meðan þú vinnur að marshmallow-lóinu.

MARSHMALLOW FLUFF (FLØDEBOLLE SKUM):
f) Látið suðuna koma upp í litlum potti, vatn, glúkósasíróp og 85 grömm af strásykri þar til það nær 117°C (notið sykurhitamæli).
g) Á meðan sírópið er að eldast, þeytið eggjahvíturnar á miklum hraða þar til þær mynda stífa toppa. Bætið 10 grömmum af strásykri smám saman út í og þeytið áfram.

h) Takið sykursírópið af hellunni og hellið því í þunnum, stöðugum straumi út í eggjahvíturnar á meðan þeytt er á fullum hraða. Þeytið í 8-10 mínútur þar til loftið er orðið stíft og bætið þá vanillumaukinu út í.

SAMSETNING:
i) Fletjið hnetusmjörsbotninn út á sílikonmottu eða bökunarpappír sem er strokinn með flórsykri, í 6 mm þykkt. Frystið það í 10 mínútur.
j) Pípið marshmallow fluffið í súkkulaðiskeljarnar.
k) Takið hnetusmjörsbotninn úr frystinum og skerið út 6 hringi með 4 cm kökuformi til að passa við rjómabollubotnana.
l) Setjið hnetusmjörsbotnana ofan á marshmallow fluffið og þéttið botnana með súkkulaðiafganginum.
m) Frystið í 5 mínútur til að stífna. Þetta gerir það auðveldara að fjarlægja þá úr forminu.
n) Rekjaðu varlega brún botnsins á rjómabollunni til að losa hann úr sílikonmótinu, snúðu því síðan við og ýttu því varlega út úr forminu. Ýttu ofan frá til að forðast að skemma hliðarnar.
o) Mögulega skreytið með fínsöxuðum söltuðum hnetum. Notaðu blásturskyndil til að ristaðu súkkulaðið létt, stráðu síðan söxuðum salthnetum yfir í fljótu bragði og gætið þess að bræða súkkulaðið ekki of mikið með blásturskyndlinum.

34. Súkkulaðirjómabollur

HRÁEFNI:
FYRIR sætabrauðið:
- 2 aura smjör, skorið í teninga
- ¼ pint glitrandi lindarvatn
- 1 stig matskeiðar gylltur flórsykur
- 2½ aura venjulegt hveiti, sigtað á lak af smjörpappír
- 2 meðalstór egg, létt þeytt

FYRIR FYLLINGuna (Þeytið hráefnin):
- 284 ml öskju af tvöföldum rjóma
- 1 tsk vanilluþykkni
- 1 stig teskeið flórsykur

FYRIR ÁFLAÐIÐ:
- 200 g (7 aura) venjulegt súkkulaði, brætt með 75 g (3 aura) smjöri

LEIÐBEININGAR:
a) Bræðið smjörið ásamt vatni og flórsykri á pönnu með þykkri undirstöðu.
b) Látið suðuna koma upp, slökkvið á hitanum og hellið strax öllu hveitinu út í.
c) Þeytið varlega með tréskeið þar til blandan myndar slétta kúlu á miðju pönnunni.
d) Snúðu boltanum í skál og kældu í 15 mínútur. Hitið ofninn í 220°C (190°C blástur) merki 7.
e) Þeytið eggin smám saman út í smá í einu þar til blandan er orðin glansandi.
f) Stráið vatni yfir bökunarplötu sem festist ekki. Settu átta stórar skeiðar af blöndunni á bökunarplötuna.
g) Bakið í 30 mínútur þar til það er lyft og gullinbrúnt. Slökktu á ofninum.
h) Gataðu hverja bollu. Látið standa í ofninum í 10-15 mínútur. Kælið á vírgrind.
i) Haldið bollur og fyllið með rjóma. Toppið með volgu bræddu súkkulaði. Njóttu súkkulaðikremsins þíns!

35. Appelsínu og hvít súkkulaði rjómabollur

HRÁEFNI:
- 1 bolli vatn
- ½ bolli ósaltað smjör
- 1 bolli alhliða hveiti
- 4 stór egg
- ¼ teskeið salt
- 1 bolli hvítt súkkulaði ganache
- Börkur af einni appelsínu

LEIÐBEININGAR:
a) Forhitaðu ofninn þinn í 425°F (220°C).
b) Hitið vatn, salt og smjör að suðu í potti.
c) Hrærið hveiti út í þar til slétt deig myndast.
d) Takið af hitanum, látið kólna aðeins.
e) Bætið eggjum út í einu í einu, blandið vel saman eftir hvert.
f) Skerið deigið í litla hringi á bökunarplötu.
g) Bakið í 20-25 mínútur.
h) Fylltu rjómabollurnar með hvítum súkkulaðiganache og skreytið með appelsínuberki.

36. Súkkulaði heslihnetu þeytt puff

HRÁEFNI:
SÚKKULAÐI CRAQUELIN:
- 115 g ósaltað smjör, við stofuhita
- 100 g alhliða hveiti
- 20g hollenskt vinnslukakó
- 120 g dökk púðursykur
- 1 tsk vanillubaunamauk

CHOUX DEIG:
- 125 g nýmjólk
- 125 g vatn
- 110 g ósaltað smjör, í teningum
- 5 g Kosher salt
- 5g vanillubaunamauk
- 15g sykur
- 165 g alhliða hveiti
- 240 g egg, létt þeytt, auk meira ef þarf

SÚKKULAÐI HESSELNUTUR ÞEYÐURRjómi FYLLING:
- 530 g þungur þeyttur rjómi
- ½ tsk vanillubaunamauk
- Klípa af salti
- 200g súkkulaði heslihnetuálegg að eigin vali (Nutella eða álíka)

LEIÐBEININGAR:
FYRIR SÚKKULAÐI CRAQUELIN:
a) Blandið öllum craquelin innihaldsefnum saman í standhrærivél sem er með spaðafestingunni. Þeytið á miðlungs þar til blandan hefur blandast saman.
b) Snúðu deiginu út á milli tveggja blaða af smjörpappír og rúllaðu því upp í 1-2 mm þykkt.
c) Frystið deigið á milli bökunarplötur í um klukkustund eða þar til það er tilbúið til notkunar. Þetta er hægt að gera fyrirfram.

FYRIR CHOUX AU CRAQUELIN:
d) Forhitaðu ofninn þinn í 400°F (200°C) og klæddu tvær bökunarplötur með bökunarpappír. Teiknaðu 1 ¼" hringi á hvert blað og skildu eftir pláss til að dreifa.
e) Snúið bökunarplötunum við með teiknihliðinni niður.
f) Settu stóran pípupoka með stórum, hringlaga pípuodda.

g) Blandið saman mjólk, vatni, smjöri, salti, vanillustöngum og sykri í meðalstóran pott. Hitið yfir meðalhita þar til blandan sýður. Takið af hitanum.
h) Bætið hveitinu saman við í einu og hrærið hratt með tréskeið til að blanda saman. Blandan mun mynda þykkt deig.
i) Hitið pottinn aftur, hrærið stöðugt í, og eldið blönduna í 2 mínútur til að þorna hana. Flyttu yfir í skálina á blöndunartæki sem er með rófafestingunni. Blandið á meðalhraða í 1 mínútu til að kæla það niður.
j) Bætið 240 g af þeyttu eggi rólega út í þegar blandan er í lágmarki. Hrærið í 4 mínútur eða þar til eggið er að fullu tekið upp. Prófaðu samkvæmni deigsins.
k) Flyttu choux-deigið yfir í pípupoka og píddu haugana yfir á bökunarplöturnar með því að nota hringina sem teiknuð eru til viðmiðunar. Þú gætir þurft að fletja út hvaða punkta sem er með blautum fingurgómi.
l) Takið craquelin úr frystinum og setjið hring ofan á hvern choux haug.
m) Bakið í 15 mínútur við 400°F (200°C) og lækkið síðan ofnhitann í 350°F (180°C). Bakið í 15-20 mínútur í viðbót eða þar til smjörin eru gullin.
n) Notaðu matarpinna til að stinga smá op í hliðina á hverri lund og láttu þær kólna á grind.
o) Ef þú ert að baka í tveimur lotum skaltu endurtaka ferlið með afganginum af deiginu.

FYRIR SÚKKULAÐI HESSELNUTURJÓMINN:
p) Þeytið rjómann, vanilluna og saltið í hrærivél með þeytara eða stórri skál með þeytara þannig að það er aðeins stíft.
q) Brjótið súkkulaðiheslihnetuálegginu saman við með því að nota spaða.
r) Flyttu þeytta rjómanum yfir í pípupoka með kringlóttum eða Bismarck sætabrauði.

SAMSETNING:
s) Stingið varlega gat í botninn á hverri rjómabollu með pinna.
t) Fylltu rjómabollurnar eina í einu með því að stinga oddinum inn í rjóma og rjóma kremið þar til pústið er fullt.
u) Dustið rjómabollurnar létt með flórsykri.
v) Berið fylltu rjómabollurnar fram innan nokkurra klukkustunda. Geymið afganga í loftþéttu íláti í ísskápnum. Njóttu!

37. Smákökur og rjómablandasamlokur

HRÁEFNI:
FYRIR CRAQUELIN:
- 6 matskeiðar (84g) ósaltað smjör, við stofuhita
- ⅓ bolli (80 g) pakkaður ljós púðursykur
- ½ bolli (65g) alhliða hveiti
- 3 matskeiðar (20g) hollenskt kakóduft, sigtað
- ⅛ teskeið salt

FYRIR RJÓMABÚÐIN:
- 6 matskeiðar (84g) ósaltað smjör, skorið í teninga
- 100ml nýmjólk
- 100ml vatn
- 1 matskeið (12g) kornsykur
- ¾ teskeið (3g) kosher salt
- 1 bolli (125g) alhliða eða brauðhveiti, sigtað
- 4 stór egg (200mL), við stofuhita
- Cookies 'n cream ís (eða annað bragð að eigin vali), til framreiðslu

LEIÐBEININGAR:
FYRIR CRAQUELIN:
a) Í blöndunarskál, blandið smjöri með púðursykri þar til rjómakennt. Hrærið hveiti, kakódufti og salti saman við og blandið þar til engar þurrefnisrákir eru eftir.
b) Fletjið deigið út í 2-3 mm þykkt á milli tveggja blaða af smjörpappír eða plastfilmu. Notaðu 1 ½ tommu kökuform til að skera út 28 umferðir úr deiginu.
c) Setjið hringina á bökunarpappírsklædda ofnplötu og setjið aftur í frysti þar til þær eru tilbúnar til notkunar.

FYRIR CHOUX BAKAÐ:
d) Forhitið ofninn í 375 gráður F og klæddu ljósa bökunarplötu með bökunarpappír.
e) Setjið smjör, mjólk, vatn og salt í pott og hrærið við meðalhita þar til smjörið er bráðið, sykur og salt leysist upp og blandan kemur að suðu.
f) Takið af hitanum og bætið við alhliða hveiti, hrærið kröftuglega þar til þykkt deig myndast án kekkja.
g) Hitið aftur og hrærið í um það bil eina mínútu þar til deigið losnar frá hliðunum á pönnunni og myndar þunnt filmu á botninum.
h) Flyttu deigið yfir í hrærivélarskál og láttu það kólna í um 160 gráður F.

i) Þeytið eggin saman í sérstakri skál eða mælibolla til að auðvelda viðbót.
j) Með hrærivélinni á lágum hraða, bætið um ¼ af þeyttu eggjunum (u.þ.b. 50g eða eitt egg að verðmæti) út í deigið. Haltu áfram að hræra þar til eggið er að fullu tekið upp áður en meira er bætt við.
k) Athugaðu samkvæmni deigsins eftir um það bil 3 til 3 ½ egg. Það ætti að vera þykkt, gljáandi og geta haldið lögun sinni þegar það er sett í rör. Stilltu eggmagnið eftir þörfum (u.þ.b. 3 ½ egg voru notuð).
l) Setjið sprautupoka með hálfum hring og fyllið hann með um helmingi deigsins. Settu deigið á tilbúna kökuplötuna og hafðu pláss til að þenjast út á milli hverrar blásturs.
m) Dýfðu fingrinum í vatn og bankaðu varlega niður oddinn á hverri rjómabollu. Setjið frosna craquelin hring ofan á hverja lund.
n) Bakið rjómabollurnar í 20 mínútur. Opnaðu ofninn stuttlega til að losa um gufu og snúðu bökunarplötunni. Haltu áfram að baka í 8 til 12 mínútur til viðbótar þar til botnarnir eru gullbrúnir.
o) Takið úr ofninum og stingið strax gat á hliðina á hverri lund til að losa um gufu. Látið þær kólna alveg.
p) Endurtaktu ferlið með afganginum af deiginu á annarri bökunarpappírsklædda plötu.

SAMSETNING:
q) Skerið hverja rjómabollu varlega í kringum botninn, aðskilið toppinn með craquelin frá botninum.
r) Setjið meðalstóra kúlu af ís á botninn á hverri rjómabollu og toppið hana með craquelinhúðuðum rjómatoppi.
s) Berið fram strax eða setjið aftur í frysti þar til tilbúið er að njóta.
t) Ófylltar rjómabollur má frysta í zip-top poka í allt að 1 mánuð.
u) Til að stökkva þau aftur áður en þau eru borin fram skaltu baka á ofnplötu við 350 gráður F í 10 til 15 mínútur.

KARAMELLU RJÓM PUFF

38. Saltkaramellu krempuffs

HRÁEFNI:
FYRIR KARAMELLUSÓSTU:
- ½ bolli sykur
- 2 matskeiðar létt maíssíróp
- 2 matskeiðar vatn
- ¼ bolli þungur rjómi
- ½ tsk vanilluþykkni
- 2 matskeiðar smjör

FYRIR KÆRURKREM:
- 1 ½ bolli hálft og hálft
- 2 stór egg
- 1 stór eggjarauða
- ½ bolli sykur
- 2 matskeiðar alhliða hveiti
- 1 tsk vanilluþykkni

FYRIR RJÓMABÚÐIN:
- 1 bolli vatn
- 6 matskeiðar ósaltað smjör
- 1 matskeið sykur
- 5 ¾ aura brauðhveiti, 1 ¼ ávöl bollar
- 4 stór egg
- 2 eggjahvítur

FYRIR GANACHE:
- 10 aura bitursætt súkkulaði, saxað
- 1 bolli þungur rjómi

LEIÐBEININGAR

a) Í 2 bolla gler mælibolla, blandaðu saman sykrinum, maíssírópinu og vatni. Setjið í örbylgjuofninn og látið elda í 5 mínútur á HIGH. Leggðu stól við hliðina á örbylgjuofninum og fylgstu vel með bollanum. Í alvöru, ekki ganga í burtu.

b) Um leið og það byrjar að verða gulbrúnt á litinn (það fer mjög fljótt úr gulbrúnt í svart) skaltu stöðva örbylgjuofninn og taka glasið úr örbylgjuofninum með þungum ofnhantlingum.

c) Hrærið saman rjóma og vanilluþykkni í öðrum mælibolla. Hellið því rólega ofan í karamelluna -- karamellan mun kúla hratt upp. Þeytið þar til kremið er að fullu blandað saman.

d) Bætið smjörinu út í og hrærið þar til það hefur verið að fullu innlimað. Setjið til hliðar til að kólna.

BÆKISKREM:
e) Setjið hálfan og hálfan í stóran, þungan pott yfir miðlungshita. Í blöndunarskál, þeytið saman egg, eggjarauður, hveiti og sykur.
f) Þeytið stöðugt þar til blandan er fölgul og örlítið þykknuð þar til hálf- og-hálf byrjar að brenna (litlar loftbólur myndast við brúnir pönnunnar). Notaðu sleif eða mæliglas til að dreypa rólega um fjórðungi af heita vökvanum í eggjablönduna og helltu síðan öllu egginu/hálf-og-hálf-blöndunni aftur í pottinn.
g) Hrærið með tréskeið í 3 til 5 mínútur, þar til blandan þyknkar. Takið af hitanum og hrærið vanilluþykkni saman við og um það bil ½ bolla af saltkaramellunni.
h) Hellið sætabrauðskreminu í geymsluílát og þrýstið plastfilmu beint á yfirborðið. Kældu niður í stofuhita, geymdu síðan í kæli í að minnsta kosti 4 klukkustundir eða yfir nótt, þar til það er vel kælt.

GERÐU RJÓMABÚÐIN:
i) Hitið ofninn í 425 gráður.
j) Hitið vatn, smjör og salt eða sykur að suðu í þungum potti við háan hita. Bætið hveiti út í og vinnið blönduna saman þar til hún myndar kúlu. Haldið áfram að vinna blönduna í pottinum, þar til mestur rakinn er soðinn upp. Stingdu fingrinum í deigið. Það á að vera glansandi (frá smjörinu), en ekki blautt af vatni. Deigið fer að skilja eftir sig filmu á botninum á pönnunni.
k) Flytið blönduna yfir í skálina með standandi hrærivél og látið kólna í 3 eða 4 mínútur.
l) Með hrærivélinni á hræringu eða á lægsta hraða bætið við eggjum, 1 í einu, og vertu viss um að fyrsta eggið sé alveg innifalið áður en þú heldur áfram.
m) Þegar öllum eggjum hefur verið bætt út í og blandan er orðin slétt, setjið deigið í sprautupoka með venjulegum hringlaga odd með ½ tommu opi.
n) Píptu deigið í hringi á stærð við golfkúlur, með 2 tommu millibili, á bökunarpappírsklæddar plötur. (ÁBENDING: Látið smá deigskúfu beint á kökuplötuna, setjið síðan smjörpappír ofan á - þá lyftist smjörpappírinn ekki af kökuplötunni þegar þú púðrar rjómabollurnar þínar.)

o) Haltu áfram með afganginn af deiginu. Þegar því er lokið skaltu dýfa fingrinum í heitt vatn og þrýsta varlega ofan á rjómabollurnar til að fjarlægja „hattinn" sem myndast þegar þú lyftir deigsoddinum frá rjómabollunni.

BAKA:

p) Bakið í 10 mínútur, snúið síðan ofninum niður í 350 gráður F og bakið í 10 mínútur í viðbót eða þar til hann er gullinbrúnn. Þegar þær eru teknar úr ofninum, stingið strax í með skurðhníf til að losa um gufu og kælið alveg á vírgrind.
q) Setjið sætabrauðskremið í sætabrauðspoka með litlum hringlaga enda.
r) Setjið oddinn í botninn á rjómabollunni og kreistið varlega til að ýta rjómanum ofan í deigið. Deigið er fullt þegar það er þungt og oddurinn þrýstir sér út úr deiginu.
s) Kælið rjómabollurnar í kæli á meðan þið búið til ganache.
t) Settu saxaða súkkulaðið í litla blöndunarskál.
u) Setjið rjómann í lítinn pott yfir miðlungshita og hitið aðeins að sviða.
v) Hellið rjómanum yfir súkkulaðið og látið standa í eina mínútu, þeytið síðan þar til það er slétt.
w) Dýfðu toppunum af rjómabollunum í súkkulaðiganache og settu á smjörpappír eða vaxpappír til að láta ganachann harðna.
x) Geymið fullbúið kökur í kæli, eða frystið í allt að 3 mánuði, vel lokað.

39. Karamellu Epli Cream Puffs

HRÁEFNI:
RJÓMABÚÐAR:
- ½ bolli + 1 msk vatn
- ½ bolli + 1 msk nýmjólk
- ½ tsk sykur
- ½ tsk fleur de sel
- ½ bolli ósaltað smjör
- ¾ bolli + 2 matskeiðar af hveiti
- 4 egg

KJUNKAR EPLASVARFNA:
- 5 epli, afhýdd, kjarnhreinsuð og skorin í teninga
- ½ bolli af eplasafa eða eplasafi
- 1½ matskeið af sítrónusafa
- ½ teskeið af möluðum kanil
- 1 bolli af sykri
- ½ matskeið af vanillubaunamauki

SALTAÐ KARAMELLUSÓSA:
- ½ bolli af sykri
- 3 matskeiðar af ósaltuðu smjöri, í teningum
- ¼ bolli af þungum (þeyttum) rjóma (við stofuhita)
- ¾ teskeið af fleur de sel (eða öðru sjávarsalti)
- ½ teskeið af vanillubaunamauki

KARAMELLUBAKARKREM:
- ¼ bolli af maíssterkju
- ¼ bolli af sykri
- 4 eggjarauður
- 2 bollar af nýmjólk
- ⅓ bolli saltkaramellusósa
- 1 tsk af vanillubaunamauki
- 2 matskeiðar af ósaltuðu smjöri (hægeldað og mjúkt)

LEIÐBEININGAR:
FYRIR RJÓMABÚÐUR (CHOUX BAKKAÐ):
a) Forhitið ofninn í 400°F og klæddu bökunarplötu með bökunarpappír eða sílikon bökunarmottu.
b) Blandið saman vatni, mjólk, sykri, salti og smjöri í meðalstóran pott. Látið suðuna koma upp við meðalháan hita.

c) Bætið hveitinu út í á meðan það er enn á hitanum og hrærið með tréskeið þar til blandan verður slétt og glansandi og dregur frá hliðum pönnunnar.
d) Færið blönduna yfir í skálina með hrærivél og á lágum hraða, bætið eggjunum við einu í einu og tryggið að hvert egg sé að fullu blandað saman áður en það næsta er bætt út í.
e) Settu choux-deigið á tilbúna bökunarplötuna og myndaðu hauga með um það bil 2 tommu á milli, hver um sig um það bil 2 tommur á þvermál og ¾ tommur á hæð.
f) Bakið rjómabollurnar í forhitaðri ofninum, eftir ákveðinni hita- og tímaröð, og leyfið þeim að kólna þegar þær eru bakaðar.

FYRIR KRUNKAÐAR EPLASTJÓNAR:
g) Blandið eplum, eplasafa eða eplasafi, sítrónusafa og kanil saman í pott og eldið þar til eplin eru mjúk.
h) Bætið við sykri og vanillustöngum og haltu áfram að elda þar til eplin ná þykkri, þykkri þykkt.
i) Látið kartöflurnar kólna áður en þær eru notaðar í rjómabollurnar.

FYRIR SALTAÐA KARAMELLUSÓSU:
j) Bræðið sykur í potti við meðalháan hita þar til hann verður djúpur gulbrúnn á litinn.
k) Bætið smjöri varlega út í og þeytið til að blandast saman við, bætið síðan við rjóma, salti og vanillubaunamauki.
l) Færið karamellusósuna yfir í skál eða krukku til að kólna.

FYRIR KARAMELLUBAKARKREM:
m) Blandið saman maíssterkju, sykri og eggjarauðu í hitaþolinni skál.
n) Hitið mjólk og saltkaramellusósu í potti þar til það sýður, hellið svo hluta af heitu blöndunni hægt út í eggjablönduna til að tempra eggin.
o) Hellið hertu eggjablöndunni aftur í pottinn og eldið þar til það þykknar, bætið svo vanillustöngum og smjöri út í.
p) Kældu sætabrauðskremið alveg áður en það er notað.

FYRIR SAMKOMUN:
q) Skerið kældu rjómabollurnar og fyllið botnana með sætabrauðskremi.
r) Toppið sætabrauðskremið með eplum.
s) Setjið rjómabollana á soðið og dreypið saltkaramellusósu yfir.

40. Bourbon Caramel Cream Puffs

HRÁEFNI:
BÆKISDEIG (PÂTE À CHOUX):
- 1 bolli af vatni
- 1 stafur (113 g; 8 matskeiðar) ósaltað smjör
- Klípa af salti
- 1 bolli af alhliða hveiti
- 1 bolli egg (um það bil 4 stór egg)

KRÖTTUR TOPPUR (CRAQUELIN):
- ¼ bolli af hveiti
- ¼ bolli af púðursykri
- ¼ bolli ósaltað smjör (við stofuhita)

BOURBON þeyttur rjómi:
- 1 bolli af þungum rjóma
- 3 matskeiðar af flórsykri
- 1 matskeið af Knob Creek Kentucky Bourbon

LOKABRÉF:
- Karamellusósa
- Flórsykur

LEIÐBEININGAR:
CRAQUELIN:
a) Hrærið smjör og sykur saman með hrærivél í 2-3 mínútur.
b) Bætið hveiti út í og blandið þar til deig myndast.
c) Rúllaðu deiginu á milli tveggja blaða af smjörpappír þar til það er mjög þunnt, um ⅛ tommu.
d) Notaðu kringlóttan skeri til að stinga út 1 tommu hringi úr deiginu. (Ábending fyrir atvinnumenn: Þú getur notað stærri hliðina á ½ tommu rörodda fyrir þetta.)
e) Kældu hringina þar til þú ert tilbúinn að nota þá. Þú getur búið til þessa fyrirfram og haldið þeim köldum.

PUFFAR:
f) Forhitaðu ofninn þinn í 425°F.
g) Klæðið bökunarplötu með sílikonmottu eða smjörpappír. Undirbúið allt hráefnið áður en byrjað er.
h) Blandið saman smjöri, vatni og salti í meðalstórum potti. Látið blönduna sjóða við vægan til meðalvægan hita en leyfið henni ekki að sjóða.
i) Bætið öllu hveitinu út í í einu.

j) Við meðalhita, hrærið kröftuglega með tréskeið þar til hveitið kemur saman í kúlu, um það bil 3 mínútur.
k) Flyttu deigið yfir í hrærivél með spaðafestingu.
l) Blandið á meðalhraða og látið kólna í 3-4 mínútur.
m) Bætið eggjunum út í einu í einu á meðan haldið er áfram að blanda saman.
n) Flyttu blönduna í pípupoka með ½ tommu þjórfé.
o) Settu þá form sem þú vilt á sílikonmottuna eða smjörpappírinn og skildu eftir 2-3 tommu bil á milli þeirra til að stækka. Venjulega virka 1 tommu umferðir vel.
p) Settu craquelin hringina beint ofan á pústirnar og þrýstu létt til að festast.
q) Bakið strax við 425°F í 10 mínútur.
r) Lækkið hitann í 350°F. Ekki opna ofnhurðina meðan á bakstri stendur.
s) Bakið þar til smjörin eru gullin, um það bil 20 mínútur í viðbót.
t) Leyfið pústunum að kólna alveg áður en þær eru fylltar.

BOURBON þeyttur rjómi:
u) Setjið kaldan þungan rjóma og sykur í blöndunarskál.
v) Notaðu þeytara (eða sterka handlegginn þinn) til að þeyta rjómann þar til hann er bara stífur.
w) Bætið bourbon út í og blandið stuttlega saman til að blandast saman, gætið þess að blanda ekki of mikið og tæma þeytta rjómann.
x) Flyttu þeytta rjómann yfir í sprautupoka með opnum odd til fyllingar.

KLÁR:
y) Rjóma bourbon þeytta rjómann í rjómabollurnar.
z) Endið á því að strá flórsykri yfir og drekka karamellusósu yfir.

41. Súkkulaði og karamellu rjómabollur

HRÁEFNI:
FYRIR CRAQUELIN:
- 100 g ósaltað smjör, mjúkt
- 120 g púðursykur
- 120 g venjulegt hveiti

FYRIR CHOUX BULLURINN:
- 280ml vatn
- 100 g ósaltað smjör
- ¼ teskeið salt
- 160 g venjulegt hveiti
- 4 egg

FYRIR súkkulaðiþeytta rjómann:
- 100ml tvöfaldur rjómi
- 100 g dökkt súkkulaði
- 500ml tvöfaldur rjómi
- 150 g flórsykur

FYRIR KARAMELLU ÁLAGIÐ:
- 200 g kornsykur
- 60ml vatn

LEIÐBEININGAR:
a) Forhitaðu ofninn þinn í 190°C/375°F og klæddu tvær bakkar með bökunarpappír.

AÐ GERÐA CRAQUELIN:

b) Blandið mýkt smjöri og púðursykri saman í skál. Bætið síðan venjulegu hveitinu út í og blandið þar til deig myndast. Það kemur kannski ekki saman strax, en haltu áfram að blanda saman eða notaðu hendurnar til að sameina það.

c) Fletjið deigið út á milli tveggja bökunarpappírsstykki þar til það er um 2 mm þykkt. Settu það í frysti til síðari notkunar.

AÐ BÚA TIL CHOUX BULLUR:

d) Bætið vatni, smjöri og salti í pott. Hitið yfir meðalhita þar til það kemur að suðu.

e) Takið pottinn af hellunni og hrærið venjulegu hveitinu saman við til að mynda deig.

f) Setjið pottinn aftur á háan hita og eldið deigið í 5 mínútur, hrærið af og til.

g) Settu deigið í skál og láttu það kólna í 10 mínútur.
h) Þegar deigið hefur kólnað örlítið er einu eggi í einu bætt út í og hrært þar til það hefur blandast saman. Haldið áfram þar til öll eggin eru komin inn í.
i) Flyttu choux deigið yfir í pípupoka með stórum stjörnuodda og settu 6 cm hauga yfir á tilbúna bakka.
j) Taktu craquelin úr frystinum og notaðu kökuform til að skera hringi aðeins stærri en chouxinn. Settu þessa hringi ofan á choux haugana.
k) Bakið í 45 mínútur, slökkvið svo á ofninum, láttu hurðina standa örlítið á glímu og láttu rjómabollurnar kólna í ofninum í 20 mínútur.
l) Eftir 20 mínútur skaltu taka rjómabollurnar úr ofninum, stinga gat í botninn á hverri lund og kæla þær á vírgrind.

GERÐUR SÚKKULAÐIÞEYTURJÓMINN:
m) Blandið saman 100 ml af rjóma og dökku súkkulaði í lítilli skál eða könnu. Hitið þetta í örbylgjuofni í 30 sekúndur, hrærið á milli millibila þar til súkkulaðið er alveg bráðið og blandan slétt. Kælið til að kólna aðeins.
n) Þeytið 500 ml af rjóma og flórsykri í stórri skál þar til það þykknar og bætið síðan bræddu súkkulaðiblöndunni út í. Þeytið þar til þú nærð þéttum toppum og gætið þess að þeyta ekki of mikið. Geymið í kæli þar til það er tilbúið til notkunar.

SAMSETNING:
o) Þegar choux-bollurnar hafa kólnað skaltu fylla þær með því að stinga þeyttum rjómanum í hverja lund.
p) Látið fylltu púffurnar standa í ísskápnum á meðan þið útbúið karamelluáleggið.

AÐ BÚA TIL KARAMELLU ÁLAGIÐ:
q) Blandið saman kornsykri og vatni í pott.
r) Hitið yfir meðalhita, hrærið pönnuna af og til þar til blandan verður gullin. Takið strax af hitanum.
s) Dýfið toppunum af rjómabollunum varlega í karamelluna og setjið þá til hliðar í nokkrar mínútur til að karamellan geti stífnað.
t) Nú eru súkkulaði- og karamellurjómabollurnar þínar tilbúnar til að njóta!

42. Karamellu Tiramisu-fylltar rjómabollur

HRÁEFNI:
BÆKISBRÖÐUR:
- 1 bolli vatn
- 4 matskeiðar smjör, skorið í teninga
- ¼ teskeið salt
- 1 bolli alhliða hveiti
- 4 stór egg
- 1 stór eggjarauða
- 2 matskeiðar mjólk

CARAMEL TIRAMISU MASCARPONE krem:
- 1 bolli kaldur þungur þeyttur rjómi
- ½ tsk sykur
- ¼ tsk vanilluþykkni
- 1 ílát (8 aura) Espresso Mascarpone ostur
- ½ bolli saltkaramelluálegg
- Sælgætissykur

LEIÐBEININGAR:
FYRIR sætabrauðslundir:
a) Hitaðu ofninn þinn í 375°F og klæddu stóra bökunarplötu með bökunarpappír.
b) Í stórum potti yfir miðlungshita, hitið vatn, smjör í teningum og salt að suðu. Lækkið hitann í lágan og bætið hveitinu út í, hrærið kröftuglega þar til blandan dregur sig frá hliðum pönnunnar (um það bil 1 mínúta). Takið það af hellunni og látið standa í 5 mínútur.
c) Bætið eggjunum út í, einu í einu, þeytið vel eftir hverja viðbót þar til deigið er slétt og gljáandi. Flyttu deigið í sætabrauðspoka með ¾ tommu látlausum þjórfé.
d) Settu deigið í hringi, um ¼ bolli hver, á tilbúna pönnu. Þeytið eggjarauðuna og mjólkina og penslið síðan þessari blöndu yfir pústirnar.
e) Bakið í 35-40 mínútur eða þar til púffurnar eru orðnar gullinbrúnar og stífar. Látið þær kólna á pönnunni í 5 mínútur áður en þær eru færðar yfir á grind. Skerið litla rauf í hverja lund til að leyfa gufu að komast út og látið þær kólna alveg.

FYRIR CARAMEL TIRAMISU MASCARPONE krem:
f) Þeytið þeytta rjómann í stórri skál þar til hann byrjar að þykkna. Bætið við sykri og vanillu og þeytið þar til stífir toppar myndast.

g) Þeytið mascarpone ostinn í annarri stórri skál þar til hann er sléttur og blandið síðan þeyttum rjómanum saman við.
h) Bætið saltkaramellunni saman við og blandið henni varlega saman við til að mynda karamellubönd í mascarpone kreminu.
i) Skerið toppana af pústunum í sneiðar og þrýstið deiginu varlega niður inni í hverri pönnu.
j) Skeið eða pípið mascarpone fyllinguna yfir neðstu helmingana og setjið síðan toppana á.
k) Dustið yfir sælgætissykur og njótið!

43. Kirsuberja-karamellu íspuffs

HRÁEFNI:
FYRIR pústana:
- 6 matskeiðar ósaltað smjör
- 1 matskeið kornsykur
- ¼ teskeið salt
- ¾ bolli alhliða hveiti
- 3 stór egg

FYRIR KARAMELLUNA:
- 6 matskeiðar kornsykur
- ½ bolli frosin dökk kirsuber
- 1 matskeið smjör
- Flögað sjávarsalt (til að strá)

FYRIR ÁFYLLINGUNA:
- 2 lítrar af kirsuberjabitum eða súkkulaðibitaís (eða samsetning)

LEIÐBEININGAR:
UNDIRBÚÐU PUFF:
a) Hitaðu ofninn þinn í 400°F.
b) Í meðalstórum potti, blandaðu saman smjöri, strásykri, salti og ¾ bolla af vatni. Látið suðuna koma upp, hrærið af og til til að bræða smjörið. Takið af hitanum og hrærið hveitinu saman við. Setjið blönduna aftur á miðlungshita og eldið, hrærið stöðugt í, þar til hún losnar frá hliðunum á pönnunni, sem ætti að taka um 1 mínútu.
c) Flyttu heitu blönduna yfir í stóra skál. Notaðu rafmagnshrærivél á lágum hraða, þeytið það í 1 mínútu til að kólna aðeins. Þeytið eggin út í, eitt í einu, þar til deigið verður slétt og glansandi.
d) Flyttu blönduna yfir í endurlokanlegan poka eða pípupoka og klipptu af horninu til að búa til ¾ tommu op.
e) Pípaðu 2 tommu haugana á bökunarplötur með bökunarpappír og skildu eftir 1 tommu bil á milli þeirra. Bakið, snúið pönnunum hálfa leið þar til pústurnar eru blásnar og gullinbrúnar, sem mun taka um það bil 22 til 28 mínútur. Látið þær kólna alveg á bökunarplötunum.

UNDIRBÚA KARAMELLU:
f) Í potti við meðalhita, eldið sykur og ¼ bolla af vatni án þess að hræra eða hreyfa pönnuna þar til hún verður gulbrún á litinn, sem ætti að taka um 10 mínútur. Hitið frosnu kirsuberin í örbylgjuofn með 1 matskeið af vatni í 30 sekúndur eða þar til kirsuberin hafa þiðnað.

g) Flyttu þá yfir í blandara og maukaðu á háu þar til slétt, sem ætti að taka um 1 mínútu. Sigtið maukið (þú ættir að hafa um ¼ bolla) og blandið því saman við gulbrúnt karamellu. Minnka í 1 mínútu í viðbót. Takið af hitanum, blandið smjörinu saman við og látið kólna við stofuhita.

h) Kljúfið lundirnar og fyllið hverja af um ¼ bolla af ís. Setjið 1 teskeið af kirsuberjakaramellu yfir hverja lund og stráið flögu sjávarsalti yfir. Njóttu kirsuberja-karamelluíssins þíns!

44. Karamellu maís krempuffs

HRÁEFNI:
MAÍSSTAKARKREM:
- 2 bollar nýmjólk
- 1 korneyra
- 3 eggjarauður
- ⅓ bolli sykur
- ½ tsk salt
- 2 matskeiðar maíssterkju
- ⅛ teskeið vanilluþykkni

PATÉ CHOUX:
- 1 bolli vatn
- 1 stafur ósaltað smjör
- ½ tsk kosher salt
- 1 ½ tsk sykur
- ¾ bolli (100 g) hveiti
- ¼ bolli (25 g) maísmjöl
- 3 egg (stofuhita)

LEIÐBEININGAR:
MAÍSSTAKARKREM:
a) Takið kjarnana úr maískolunum og setjið þá í pott með nýmjólkinni. Skafaðu niður hliðarnar á kolunum með því að nota aftan á hnífnum þínum og bætið maísmjólkinni út í blönduna.
b) Hitið blönduna við meðalháan hita þar til mjólkin byrjar að gufa og loftbólur myndast í kringum brún pottsins. Takið af hitanum og flytjið blönduna í ílát. Látið standa í 2 tíma eða yfir nótt í ísskápnum.
c) Eftir að mjólkurblandan hefur mýkst skaltu sía maískornin úr og hella blöndunni aftur í pott og passa að draga allt bragðið út með því að þrýsta niður kjarnanum.
d) Hitið mjólkina á meðalhita þar til hún byrjar að gufa.
e) Á meðan mjólkin hitar, í miðlungs skál, þeytið saman eggjarauður, sykur, salt og maíssterkju þar til blandan er fölgul og slétt.
f) Þegar mjólkin byrjar að kúla í kringum brúnirnar, byrjaðu að herða eggjablönduna. Taktu lítið magn af heitu mjólkinni og bætið henni rólega út í eggin á meðan hrært er hratt til að koma í veg fyrir hræringu.
g) Bætið restinni af mjólkinni rólega út í á meðan þeytt er stöðugt.
h) Setjið blönduna aftur á helluna og þeytið stöðugt á meðalháum hita.

i) Þegar blandan þykknar skaltu hætta að þeyta öðru hverju til að athuga hvort hún sé að sjóða. Þegar það byrjar að kúla, þeytið kröftuglega í 10 sekúndur og takið það svo strax af hellunni.
j) Setjið sætabrauðskremið í ílát, hyljið það og kælið þar til það kólnar.

PATÉ CHOUX:
k) Forhitið ofninn í 425°F með grindinni í miðjum ofninum.
l) Klæðið stóra bökunarplötu með bökunarpappír (ekki nota sílikonmottu þar sem það getur haft áhrif á áferð pústsins).
m) Hitið smjör, salt og sykur í potti við meðalháan hita þar til smjörið er bráðnað og blandan fer að sjóða.
n) Takið pottinn af hellunni og bætið hveiti og maísmjöli saman við og blandið saman með tréskeið.
o) Setjið blönduna aftur á helluna og hrærið hratt þar til hún myndar slétta kúlu og loðir ekki við hliðarnar. Það ætti að vera stíft eins og þykk kartöflumús.
p) Færið deigið yfir í hrærivél eða aðra skál og þeytið í 30 sekúndur til að kæla það niður.
q) Bætið hverju eggi út í einu í einu, hrærið þar til það hefur blandast saman. Skafið niður hliðar skálarinnar á milli hverrar viðbót. Blandan gæti virst þykk í fyrstu, en eftir síðasta eggið er blandað þar til hún verður slétt og glansandi.
r) Setjið blönduna í pípupoka og pípið hauga af deigi um það bil einn og hálfan tommu á breidd og skilið eftir um það bil tommu bil á milli hvers og eins.
s) Bakið í 15 mínútur þar til pústirnar hafa stækkað og orðið stórar. Lækkið síðan ofnhitann í 375°F og bakið í 25 mínútur til viðbótar þar til pústirnar eru gullbrúnar með harðri skel.
t) Eftir að pústarnir hafa verið fjarlægðir úr ofninum skaltu setja þær á kæligrind. Skerið lítið gat í botninn á hverri púðri með hníf eða pípuoddinum sem þú munt nota síðar til að leyfa þeim að kólna án þess að verða blaut að innan.
u) Þegar pústirnar hafa kólnað skaltu fylla þær með sætabrauðskremi og dýfa þeim í karamellu. Þú getur toppað þá með viðbótar kosher salti til að skreyta ef þess er óskað.

45. Dulce de Leche krempuffs

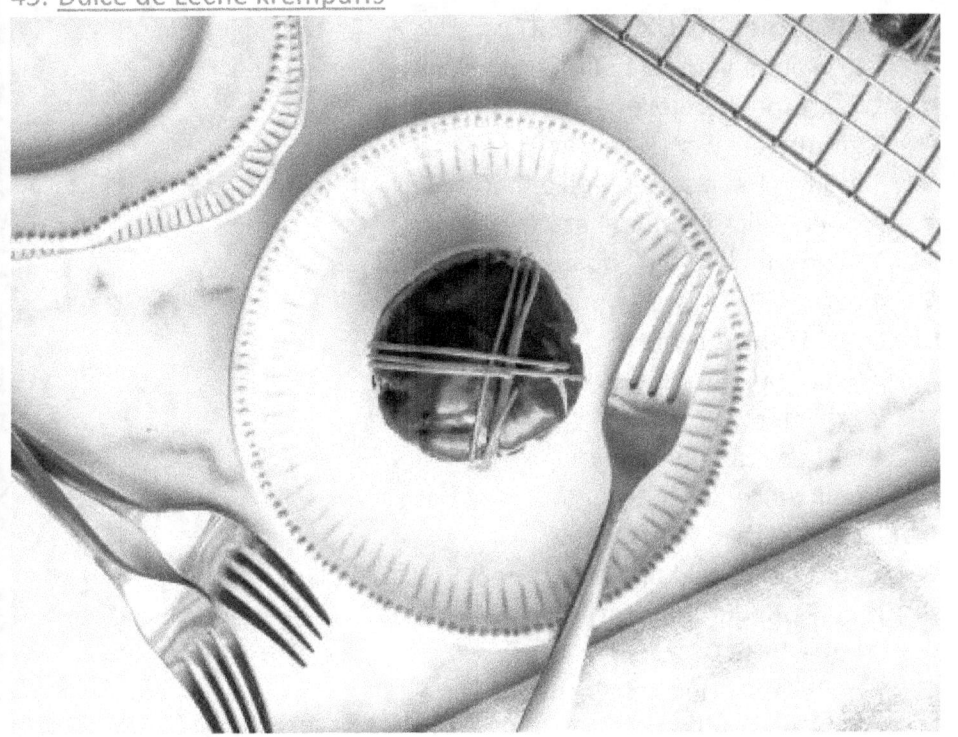

HRÁEFNI:
RJÓMABÚÐUR (CHOUX DEKKERT):
- 125 grömm vatn (½ bolli + 1 matskeið)
- 125 grömm nýmjólk (½ bolli + 1 matskeið)
- 5 grömm af sykri (½ teskeið)
- 5 grömm fleur de sel (eða annað sjávarsalt) (½ teskeið)
- ½ bolli ósaltað smjör (1 stafur)
- 140 grömm hveiti (¾ bolli + 2 matskeiðar)
- 4 egg

DULCE DE LECHE krem:
- 2 bollar þungur (þeyttur) rjómi
- ¼ bolli flórsykur
- 1 tsk vanillubaunamauk
- 1 bolli dulce de leche

DÖKKT SÚKKULAÐI GANACHE:
- 4 aura dökkt súkkulaði (ég notaði 60% súkkulaði)
- ½ bolli þungur (þeyttur) rjómi

DULCE DE LECHE DRIZZLE:
- 2 matskeiðar dulce de leche

LEIÐBEININGAR:
FYRIR RJÓMABÚÐUR (CHOUX BAKKAÐ):

a) Forhitið ofninn í 400°F. Klæðið bökunarplötu með bökunarpappír og setjið til hliðar.

b) Blandið saman vatni, mjólk, sykri, salti og smjöri í meðalstóran pott. Látið suðuna koma upp í þessari blöndu við meðalháan hita. Á meðan það er enn á hita skaltu bæta hveitinu við. Þeytið blönduna hratt með tréskeið þar til hún verður slétt og glansandi. Blandan mun draga í burtu frá hliðum pönnunnar.

c) Þegar blandan hefur blandast vel saman skaltu skafa hana í skálina með hrærivél. Snúðu hrærivélinni á lágan hraða. Með hrærivélinni í gangi, bætið eggjunum út í einu í einu, leyfið hverju eggi að blandast inn og blandan verður slétt áður en næst er bætt út í.

d) Flyttu deigið í sætabrauðspoka með um það bil ⅓" breitt gat. Píptu haugar af choux-deigi með að minnsta kosti 2" millibili, þar sem hver haugur er um 2" á þvermál og ¾" á hæð. Þessar stærðir ættu að skila um 24 rjómabollum.

e) Settu bökunarplötuna í ofninn og slökktu á ofninum. Bakið í 10 mínútur með slökkt á ofninum. Kveiktu aftur á ofninum í 350°F og bakaðu í 10 mínútur í viðbót. Slökktu síðan aftur á ofninum og láttu rjómabollurnar bakast í 10 mínútur í viðbót. Þetta eru samtals 30 mínútur í ofni. Forðastu að opna ofninn á meðan á bakstri stendur til að koma í veg fyrir lofttæmingu.

f) Þegar rjómabollurnar eru bakaðar, takið þær úr ofninum og stingið gat ofan á hverja með tannstöngli til að leyfa hvers kyns gufuafgangi að komast út. Látið rjómabollurnar kólna alveg.

FYRIR krem:
g) Blandið saman rjóma, flórsykri og vanillustöngum í skálinni með hrærivél. Notaðu þeytarafestinguna og þeytið blönduna á meðalháum hraða þar til stífir toppar myndast.

h) Skeið dulce de leche í meðalstóra skál. Bætið þeyttum rjómablöndunni í þriðju hluti, blandið henni varlega saman til að halda léttri áferð.

i) Settu dulce de leche kremið í sætabrauðspoka með litlum hringlaga odd. Notaðu oddinn til að stinga lítið gat í botninn á hverri rjómabollu og fylla hana með kreminu.

FYRIR GANACHE:
j) Setjið súkkulaðið og rjómann í litla hitaþolna skál. Hitið blönduna í örbylgjuofn með 30 sekúndna millibili, hrærið eftir hvert bil þar til hún er mjúk. Blandan verður þykk og gljáandi.

k) Dýfðu toppunum af hverri fylltu rjómabollu ofan í ganache og leyfðu því að stífna.

FYRIR DRÍS:
l) Setjið dulce de leche í litla hitaþolna skál og hitið í örbylgjuofn með 15 sekúndna millibili, hrærið eftir hvert bil þar til það er orðið heitt og slétt.

m) Setjið hitna dulce de leche í sætabrauðspoka eða renndu poka með hornskurði. Dreypið dulce de leche yfir hverja fyllta og gljáða rjómabollu.

BLÓMARJÓM PUFF

46. Sakura Strawberry Cream Puffs

HRÁEFNI:
FYRIR CRAQUELIN:
- 1½ aura (43 g) ósaltað smjör, stofuhita
- ¼ bolli (50 g) ljós púðursykur
- ⅓ bolli (50 g) alhliða hveiti

PÂTE À CHOUX DEIG:
- ½ bolli (115 g) nýmjólk
- ½ bolli (115 g) vatn
- 4 aura (110 g) ósaltað smjör, skorið í bita
- ¾ tsk sykur
- ¼ teskeið salt
- 1 bolli (140 g) alhliða hveiti
- 4 stór egg, stofuhita

FYLLING:
- 2 bollar (460 g) þeyttur rjómi
- ½ tsk kirsuberjablómaþykkni
- Nokkrir dropar af matarlit, að vild
- ½ pund jarðarber, afhýdd og skorin í sneiðar
- Púðursykur til að strjúka, eins og óskað er eftir

LEIÐBEININGAR:
FYRIR CRAQUELIN:

a) Blandið saman smjöri, ljósum púðursykri og hveiti í matvinnsluvél. Vinnið þar til vel blandað og slétt.

b) Setjið craquelin deigið á milli tveggja blaða af smjörpappír og fletjið það út í um það bil ⅛" þykkt.

c) Kældu deigið í kæli á meðan þú útbýr rjómabollurnar.

FYRIR RJÓMABÚÐIN:

d) Forhitaðu ofninn þinn í 350 gráður F (175 ° C) og klæddu bökunarplötu með kísillbökunarmottu eða bökunarpappír.

e) Blandið saman mjólk, vatni, smjöri, sykri og salti í meðalþykkbotna potti. Hitið yfir miðlungs-háan hita þar til það kemur að rúllandi suðu.

f) Þegar það er að sjóða skaltu bæta öllu hveitinu í einu út í og lækka hitann í miðlungs. Hrærið kröftuglega með tréskeið. Deigið á að koma saman í kúlu. Haltu áfram að hræra í 3-4 mínútur þar til það er alveg slétt og mjúkt.

g) Flyttu deigið yfir í skálina á hrærivélarvél sem er með söðulfestingunni. Þeytið það til að kæla það aðeins. Bætið eggjunum út í einu í einu, þeytið vel eftir hverja viðbót. Deigið á að vera þykkt, glansandi og ekki of fljótandi.

h) Flyttu deigið í sætabrauðspoka með 1 tommu látlausum þjórfé. Píptu deighauga á tilbúna bökunarplötuna og fjarlægðu þá með um það bil 2 tommu millibili.

i) Sæktu craquelin deigið úr kæliskápnum og notaðu hringlaga kökuform með svipað þvermál og pústirnar til að skera út hringi. Settu þessa hringi ofan á choux haugana.

j) Bakið í forhituðum ofni í um 40 mínútur, snúið bökunarplötunni hálfa leið. Pússarnir ættu að verða gullbrúnir og vera þurrir viðkomu. Það er betra að undirbaka en ofbaka, en passið að þær séu þurrar áður en þær eru teknar úr ofninum.

k) Látið bökuðu lundirnar kólna á vírgrindi áður en þær eru skornar í tvennt. Fjarlægðu alla vanbakaða bita að innan.

FYRIR ÁFYLLINGUNA:

l) Blandaðu þeyttum rjóma, sælgætissykri, kirsuberjablómaþykkni og matarlit í þann lit sem þú vilt í skálinni á hrærivél með þeytara.

m) Þeytið rjómann þar til mjúkir toppar myndast.

n) Færið þeytta rjómann í sætabrauðspoka með hringlaga odd.

SAMSETNING:

o) Fylltu neðstu helmingana af rjómabollunum með þeyttum rjóma. Setjið lag af sneiðum jarðarberjum ofan á og leggið meira af þeyttum rjóma yfir.

p) Setjið efstu helmingana af rjómabollunum á þeytta rjómann.

q) Þú getur valfrjálst að dusta samansettu rjómabollurnar með púðursykri eins og þú vilt.

r) Berið fram strax eða geymið í loftþéttu íláti í kæli í allt að 2 daga.

s) Njóttu dýrindis Sakura Strawberry Cream Puffs!

47. Honey Lavender Cream Puffs

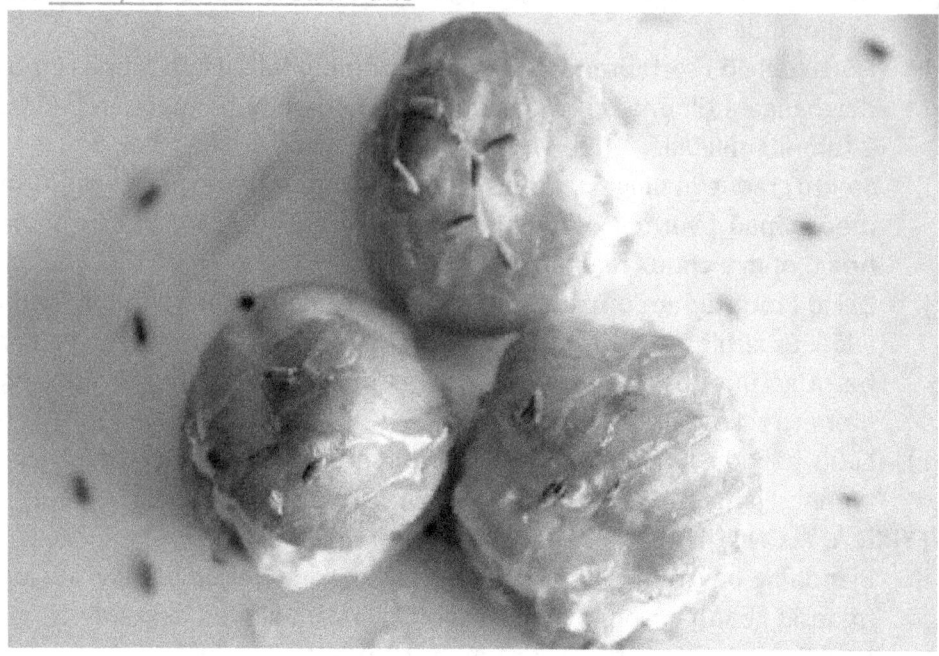

HRÁEFNI:
FYRIR RJÓMABÚÐIN:
- ½ bolli (1 stafur) ósaltað smjör
- 1 bolli vatn
- ¼ teskeið salt
- 1 bolli alhliða hveiti
- 4 stór egg
- 1 tsk þurrkuð lavenderblóm (matreiðsluflokkur)

FYRIR HUNANG LAVENDER kremið:
- 1 ½ bolli þungur rjómi
- 3 matskeiðar hunang
- 1 tsk þurrkuð lavenderblóm (matreiðsluflokkur)
- 2 matskeiðar flórsykur (eða eftir smekk)
- 1 tsk vanilluþykkni

FYRIR LAVENDER HUNANGSDRÍZLE:
- 2 matskeiðar hunang
- ½ tsk þurrkuð lavenderblóm (matreiðsluflokkur)

LEIÐBEININGAR:
FYRIR RJÓMABÚÐIN:
a) Forhitaðu ofninn þinn í 400°F (200°C). Klæðið bökunarplötu með bökunarpappír.
b) Blandið saman smjöri, vatni og salti í potti. Hitið við meðalháan hita þar til blandan kemur að suðu og smjörið er alveg bráðið.
c) Takið pottinn af hellunni og hrærið þurrkuðu lavenderblómunum saman við. Látið blönduna malla í um það bil 5 mínútur.
d) Hrærið hveitinu saman við þar til blandan myndar slétt, þykkt deig sem dregur sig frá hliðunum á pönnunni.
e) Látið deigið kólna aðeins. Bætið síðan eggjunum út í einu í einu og þeytið vel eftir hverja viðbót þar til deigið er slétt og gljáandi.
f) Slepptu 12 jöfnum skömmtum af deiginu á tilbúna bökunarplötuna og hafðu nóg pláss á milli.
g) Bakið í forhituðum ofni í um 25-30 mínútur eða þar til rjómabollurnar eru uppblásnar, gullinbrúnar og stökkar. Ekki opna ofnhurðina á fyrstu 20 mínútum baksturs.
h) Takið rjómabollurnar úr ofninum og látið þær kólna á vírgrind.

FYRIR HUNANG LAVENDER kremið:

i) Þeytið þungan rjómann í blöndunarskál þar til hann þykknar og mjúkir toppar myndast.
j) Hrærið hunangi, þurrkuðum lavenderblómum, púðursykri (stilla eftir smekk) og vanilluþykkni út í. Haltu áfram að þeyta þar til stífir toppar myndast.
k) Fyrir Lavender Honey Dryzzle:
l) Hitið hunangið í litlum potti við vægan hita, bara þar til það þynnist.
m) Hrærið þurrkuðum lavenderblómum saman við og látið það malla í nokkrar mínútur. Sigtið úr lavenderblómunum og setjið hunangið til hliðar til að kólna.

SAMSETNING:
n) Skerið kældu rjómabollurnar í tvennt lárétt.
o) Skeið eða pípið hunangs lavender kremið í neðri helminga rjómabollanna.
p) Setjið efstu helmingana af rjómabollunum aftur ofan á kremið.
q) Dreypið lavender hunanginu yfir rjómabollurnar.
r) Berið fram hunangs lavender rjómabollurnar og njótið!

48. Rose-Cardemom Cream Puffs

HRÁEFNI:
FYRIR CHOUX BAKAÐ:
- ¼ bolli vatn
- 2 matskeiðar ósaltað smjör
- ½ tsk kornsykur
- 3 ½ matskeiðar alhliða hveiti
- 2 stór egg, skipt

FYRIR KÆRURKREM:
- 2 stórar eggjarauður
- ¼ bolli kornsykur
- 2 matskeiðar maíssterkju
- Klípa af kosher salti
- 1 bolli nýmjólk
- 1 tsk vanilluþykkni
- ¼ tsk möluð kardimommur
- ¾ tsk rósavatn

FYRIR BLEIKAN DUFSYKURINN:
- 2 matskeiðar frostþurrkuð jarðarber
- 3 matskeiðar flórsykur

LEIÐBEININGAR:
GERÐUR CHOUX PUFF:
a) Forhitaðu ofninn þinn í 425°F (220°C) og klæddu bökunarplötu með bökunarpappír.
b) Í litlum þykkbotna potti yfir miðlungs hita, hitið vatn, ósaltað smjör og kornsykur að suðu. Bætið alhliða hveiti út í og hrærið stöðugt með stífum spaða eða tréskeið þar til þunn deigfilma er á botninum á pottinum, um það bil 2 mínútur.
c) Flyttu deigið yfir í stóra skál. Hrærið kröftuglega í 1 mínútu til að kólna. Bætið 1 stóru eggi út í og blandið vel saman. Það gæti litið út eins og það sé hrokkið, en haltu áfram að blanda saman; það mun að lokum koma saman í slétt deig. Deigið ætti að detta af spaðanum þínum í V-formi.
d) Setjið deigið í sprautupoka eða renniláspoka með neðsta horninu skorið af. Píptu 8 (2 tommu) hringi á bökunarplötuna. Notaðu rakan fingur til að þrýsta varlega niður á og slétta út alla toppa eða kekki.
e) Þeytið restina af egginu fyrir eggjaþvott. Penslið hvert choux sætabrauð með eggjaþvottinum. Notaðu úðabrúsa til að þeyta bökunarplötuna með vatni. Að öðrum kosti geturðu líka dýft fingrum þínum í vatni og stungið dropum á bökunarplötuna ef þú átt ekki úðaflösku.
f) Bakið í 12 mínútur. Lækkið ofnhitann í 375°F (ekki opna ofnhurðina). Bakið þar til choux deigið er gullinbrúnt, um 20 mínútur í viðbót. Ekki opna ofnhurðina á meðan þær bakast; þú vilt að hitinn þorni miðstöðvarnar.
g) Takið choux puffs úr ofninum. Stingið gat á hliðina á hverri púðri með skurðhníf og látið kólna alveg í að minnsta kosti 1 klst. Á meðan skaltu búa til sætabrauðskremið og bleika flórsykurinn.

BÚIÐ TIL BAKAÐARKREMIÐ:
h) Setjið eggjarauður, kornsykur, maíssterkju og klípa af kosher salti í miðlungs skál. Þeytið þar til blandan er fölgul/hvít og þykk, um það bil 5 mínútur. Það verður svolítið erfitt í byrjun en mun losna þegar þú blandar.
i) Hitið nýmjólk, vanilluþykkni, malaða kardimommu og rósavatn í litlum potti við meðalhita, þeytið af og til þar til mjólkin er orðin heit að snerta en ekki malla.
j) Taktu ¼ bolla af heitu mjólkurblöndunni og þeytið henni út í eggjarauðublönduna. Þegar það hefur blandast vel saman skaltu bæta

eggjablöndunni aftur í pottinn ásamt mjólkinni sem eftir er (geymdu skálina). Eldið við miðlungsháan hita, þeytið stöðugt þar til sætabrauðskremið þykknar og byrjar að kúla. Takið af hitanum.

k) Settu fínmöskva sigti yfir frátekna skálina. Hellið sætabrauðskreminu í gegnum sigtuna og fleygið innihaldi síunnar (passið að skafa neðanverðan sig). Þrýstið plastfilmu beint á sætabrauðskremið til að koma í veg fyrir að húð myndist. Kælið þar til það er kalt, um 30 mínútur.

AÐ GERÐA BLEIKAN SYKURDUFÐ:

l) Setjið frostþurrkuð jarðarber og flórsykur í kaffikvörn, kryddkvörn eða lítinn blandara og blandið þar til það er fínt.

AÐ FYLLA CHOUX PUFF:

m) Þegar tilbúið er að bera fram, þeytið sætabrauðsrjómann til að losna og slétta hann út. Ef þú vilt pípa í fyllinguna, flyttu hana í pípupoka með litlum hringlaga þjórfé eða lítinn renniláspoka með neðri horninu klippt af.

n) Stingið gat í botninn á hverri kældu choux puffi með skurðarhníf. Rjótið sætabrauðskremið inn í hverja lund í gegnum gatið í botninum þar til það er fullt. Þurrkaðu allt umfram sætabrauðskrem af. Að öðrum kosti, skera toppinn af hverju choux deigi og fylla neðstu helmingana með sætabrauðskremi með skeið og setja svo hinn helminginn ofan á. Dustið rjómabollurnar með bleika flórsykrinum.

49. Jarðarberja- og yllablóma Choux bollur

HRÁEFNI:
JARÐARBERJAKOMPOT:
- 300 g jarðarberjamauk
- 300 g jarðarber
- 15 g pektín
- 40g sykur

CRAQUELIN:
- 25 g venjulegt hveiti
- 25 g flórsykur
- 20 g ósaltað smjör

CHOUX sætabrauð:
- 60 g ósaltað smjör, skorið í teninga
- ¼ teskeið salt
- 1 tsk flórsykur
- 120ml vatn
- 40 g venjulegt hveiti
- 45g sterkt hvítt brauðhveiti
- 2 stór egg (eða 3 ef þarf)

ELDERBLÓMA krem:
- 400ml þeyttur rjómi
- 70ml yllablómablóm
- 1 matskeið flórsykur

LEIÐBEININGAR:
FYRIR JARÐARBERJAÞJÓÐINN:
a) Blandið jarðarberjunum og maukinu saman í litlum potti og látið suðuna koma upp.
b) Blandið saman pektíninu og sykrinum í skál og bætið því síðan út í pottinn. Hrærið til að blandast jafnt og hitið kompottinn þar til hún nær 95°C.
c) Takið kompottinn af hellunni og setjið í skál. Leyfið því að kólna.

FYRIR CRAQUELIN:
d) Blandið hveiti, sykri og smjöri saman í skál hrærivélar með spaða og blandið saman til að koma öllu saman.
e) Þegar craquelin hefur myndast deig skaltu taka það úr skálinni og rúlla því út á milli tveggja blaða af smjörpappír í um 2 mm þykkt. Settu það í frysti í um það bil 30 mínútur til að kæla.

f) Þegar það er frosið skaltu nota 4 cm hringlaga sætabrauðsskera til að skera út 16 umferðir af sætabrauði. Settu craquelin hringina aftur í frysti til síðari notkunar.

BAKANDI BULLUR:

g) Hitið ofninn í 180°C/gasmark 4 og klæddu 2 bökunarplötur með bökunarpappír.
h) Setjið smjör, salt, sykur og vatn í pott á meðalhita. Þegar smjörið hefur bráðnað bætið þá báðum hveiti út í pottinn og hrærið hratt með tréskeið þar til blandan myndar deig.
i) Með pönnuna á lágum hita, hrærið kröftuglega í nokkrar mínútur, flytjið síðan deigið yfir í skál. Hrærið í nokkrar mínútur í viðbót þar til það hættir að gufa.
j) Bætið við fyrsta egginu, þeytið þar til það er alveg frásogast, bætið svo öðru egginu út í og þeytið aftur. Þú gætir ekki þurft allt þriðja og síðasta eggið; haltu áfram að bæta við smá í einu þar til sætabrauðið dettur af skeiðinni í "V" lögun.
k) Setjið deigið yfir í sprautupoka með 1,5 cm venjulegum kringlóttum pípuodda og settu 16 kúlur af choux sem eru 5 cm í þvermál á báðar tilbúnu bökunarplöturnar.
l) Toppið hverja choux bollu með craquelin hring og bakið í 35 mínútur þar til þær eru gullinbrúnar og stökkar. Slökkvið á ofninum og látið chouxinn þorna í ofninum í 30 mínútur til viðbótar.
m) Þegar chouxinn hefur kólnað skaltu skera toppana varlega af choux-bollunum – fjarlægðu bara lítinn hring, ekki skera bollurnar í tvennt.

AÐ BÚA TIL ELDERBLÓMAKREM:

n) Setjið rjómann, yllina og flórsykur í skál og þeytið rjómann þar til hann er stífur.
o) Helltu því með skeið í sprautupoka með stjörnulaga stút.

SAMSETNING KÚNABÚNA:

p) Setjið kælda kompottinn í botninn á choux-bollunum og leggið síðan tvöfalt lag af rjóma ofan á, til að tryggja að ekkert kompott sjáist. Settu litla hringinn af choux ofan á til að klára deigið.
q) Fylltu choux-bollurnar fara fljótlega að mýkjast og því er best að borða þær innan 24 klukkustunda frá fyllingu.
r) Geymið í kæli og leyfið að ná stofuhita í um 10 mínútur áður en það er borið fram.

50. Raspberry Rose Cream Puffs

HRÁEFNI:
FYRIR PATE CHOUX:
- 1 bolli vatn
- ½ bolli (1 stafur) ósaltað smjör, skorið í teninga
- Örlítil ½ tsk salt
- 1 ¼ bolli alhliða hveiti
- 4 stór egg

FYRIR kremið:
- 1 ½ bolli þungur rjómi
- 3 matskeiðar flórsykur
- 1 tsk hreint vanilluþykkni
- 1 ½ bolli fersk hindber
- 2 matskeiðar kornsykur
- 1 matskeið rósavatn

FYRIR SÚKKULAÐI GANACHE:
- 4 aura dökkt súkkulaði, gróft saxað
- ½ bolli þungur rjómi
- Klípa af salti

LEIÐBEININGAR:
FYRIR PATE CHOUX:
a) Forhitið ofninn í 425°F. Klæðið tvær bökunarplötur með bökunarpappír.
b) Blandið saman vatni, smjöri og salti í meðalstórum potti. Látið suðu koma upp.
c) Takið pönnuna af hitanum og hrærið hveitinu hratt út í þar til blandan er orðin slétt og dregur sig frá hliðunum á pönnunni. Blandan mun einnig gufa og soða af vatni.
d) Látið blönduna kólna í 10 mínútur og flytjið hana síðan yfir í skál rafmagnshrærivélar sem er með söðulfestingu. Þeytið á lágt í 1 mínútu.
e) Þeytið eggin út í eitt í einu og hrærið í 1 mínútu á milli hverrar útsetningar. Deigið gæti litið út fyrir að vera hrokkið í fyrstu en verður slétt og gljáandi eftir að síðasta egginu er bætt út í. Þeytið í 2 mínútur eftir síðasta eggið.
f) Slepptu deiginu á tilbúnu bökunarplöturnar í ¼ bolla haugum með því að nota rausnarlega kökuskeið. Rúmið þá um það bil 3 tommur á milli.

g) Bakið í 15 mínútur, lækkið síðan ofnhitann í 350°F og bakið í 20 mínútur til viðbótar þar til kökurnar eru meðalgulbrúnar. Forðastu að opna ofninn meðan á bakstri stendur.
h) Slökktu á ofninum, fjarlægðu kökurnar og gerðu litla rauf í hvert. Setjið þær aftur í ofninn í 5 mínútur til að gufan fari út. Settu þær á grind til að kólna.

FYRIR kremið:
i) Þeytið saman rjóma, flórsykur og vanillu í mjúka toppa. Kremið á að halda lögun sinni en ekki verða of stíft.
j) Skerið hindberin með strásykri og rósavatni. Brjótið möluðu berin lauslega saman við þeytta rjómann og skilið eftir stórar rendur af berjum.
k) Áður en borið er fram, hellið blöndunni ríkulega út í klofnar rjómabollurnar og setjið toppinn af smjörinu yfir rjómann. Kældu til að halda kremið köldum.

FYRIR SÚKKULAÐI GANACHE:
l) Setjið súkkulaðið í meðalstóra skál. Hitið rjómann þar til hann er rétt að byrja að gufa og látið malla. Takið af hitanum og hellið strax yfir súkkulaðið. Stráið klípu af salti yfir. Leyfið því að standa í 1 mínútu, hrærið síðan þar til súkkulaðið bráðnar og blandan er gljáandi.
m) Á meðan það er heitt, hellið ganache yfir rjómabollurnar. Dreypið bræddu súkkulaði yfir ef vill.

PROFITEROLES

51. Vanillubauna Profiteroles

HRÁEFNI:
- 1 Stingið ósaltað smjör
- 1 bolli Mjólk
- 2 matskeiðar Sykur
- 1 bolli hveiti
- ½ tsk lyftiduft
- Klípa af salti
- 5 egg
- 1 pint kókosís
- 2 bollar Bláberja Coulis
- Hristari af flórsykri
- Kvistir af ferskri myntu

LEIÐBEININGAR:
a) Forhitaðu ofninn í 400 gráður F.
b) Í potti við háan hita, þeytið smjörið og mjólkina saman þar til allt smjörið hefur bráðnað.
c) Látið suðuna koma upp í vökvanum og þeytið sykurinn út í.
d) Blandið saman hveiti, lyftidufti og salti. Hrærið hveitiblöndunni rólega út í, haltu áfram að hræra þar til blandan myndar kúlu og dregur sig frá hliðunum á pönnunni.
e) Takið af hitanum og setjið í blöndunarskál. Þeytið deigið á meðalhraða og bætið eggjunum út í, einu í einu. Haltu áfram að þeyta þar til deigið er ekki lengur sleipt. Takið deigið úr hrærivélinni og látið það kólna.
f) Setjið kælt deigið í sætabrauðspoka með stjörnuodda og pípið út 16 golfboltastærð hringi á fóðraða bökunarplötu, með um 2 tommu millibili. Að öðrum kosti skaltu nota stóra skeið til að setja þær á ofnplötuna.
g) Setjið pönnuna í ofninn og bakið í 10 mínútur. Dragðu úr hitanum í 350 gráður F og haltu áfram að elda í 25 mínútur. Ekki taka plötuna úr ofninum fyrr en hringirnir eru orðnir þéttir viðkomu.
h) Kælið skeljarnar áður en þær eru fylltar. Notaðu hníf með rifnum hníf og skerðu gróðapólurnar í tvennt.
i) Fylltu hverja profiterole með kókosís.
j) Dreypið bláberjacoulis ofan á gróðapólurnar og skreytið með flórsykri og ferskri myntu.

Berið fram og njótið dýrindis Vanillu Bean Profiteroles!

52. Choc 'n' Spice Profiteroles

HRÁEFNI:
- ½ bolli alhliða hveiti
- 2 matskeiðar Alhliða hveiti
- 1 tsk Malaður kanill
- ⅔ bolli Vatn
- ¼ bolli smjör, skorið í teninga
- 1½ tsk smjör, skorið í teninga
- 2 egg, þeytt
- 1¼ bolli þeyttur rjómi
- 1 matskeið Púðursykur
- 2 tsk Kaffibragðefni
- 4 aura hálfsætt súkkulaði, brotið í bita
- 2 matskeiðar Tia Maria
- 2 matskeiðar Létt maíssíróp
- 2 tsk Ofurfínn sykur

LEIÐBEININGAR:

a) Forhitaðu ofninn í 400'F (205'C) og smyrðu nokkrar bökunarplötur létt.
b) Sigtið hveiti og ½ teskeið af kanil á vaxpappír.
c) Hellið vatni í pott og bætið 3-½ msk af smjöri út í. Hitið varlega þar til smjörið bráðnar, forðastu að sjóða áður en smjörið bráðnar.
d) Látið suðuna koma hratt upp, takið af hitanum og bætið hveiti út í í einu. Hrærið hratt með tréskeið til að mynda slétta blöndu.
e) Settu pönnuna aftur á miðlungshita í nokkrar sekúndur, þeytið vel þar til deigið myndar slétta kúlu og skilur hliðar pönnunnar eftir hreinar.
f) Takið af hitanum og kælið aðeins. Bætið eggjum smám saman við og þeytið vel eftir hverja viðbót til að mynda slétt glansandi deig.
g) Flyttu deigið í sætabrauðspoka með ¾" venjulegu röri og settu 24 litlar kúlur á smurðar bökunarplötur.
h) Bakið í forhituðum ofni í 20 mínútur, lækkið síðan ofnhitann í 350'F (175'C) og haltu áfram að elda í 15-20 mínútur lengur eða þar til hann hefur lyft sér vel, stökkur og hljómar holur þegar slegið er á botninn.
i) Gerðu rauf í hlið hvers sætabrauðs til að leyfa gufu að komast út. Kælið á vírgrind.
j) Þeytið rjóma, flórsykur og kaffibragðefni þar til það er þykkt. Setjið með skeið í sætabrauðspoka með litlu stjörnuröri, pípið síðan rjóma í kökur eða notið teskeið til að fylla þau.
k) Raðið gróðarólum í pýramídaformi á framreiðsludisk.
l) Bræðið súkkulaði og afganginn af smjörinu í hitaþolinni skál yfir pönnu með sjóðandi vatni.
m) Hrærið Tia Maria og maíssírópi út í, haltu áfram að hræra þar til sósan er slétt og hjúpur bakhlið skeiðar.
n) Setjið súkkulaðisósu yfir profiteroles og látið standa í nokkrar mínútur.
o) Blandið afganginum af ½ teskeið af kanil saman við ofurfínn sykur og stráið gróðapólum yfir.

53. Súkkulaði Profiteroles

HRÁEFNI:

- 7 aura smjör
- 2 bollar Heitt vatn
- 9 aura hveiti
- 8 stór egg

LEIÐBEININGAR:

a) Blandið smjörinu saman við heitt vatn á pönnu og hitið það upp að suðu. Slökkvið á hitanum og bætið öllu hveitinu út í. Þeytið vel og kveikið svo aftur á hitanum til að þurrka blönduna.
b) Látið blönduna hvíla í 5 mínútur og bætið síðan eggjunum við einu í einu.
c) Setjið hvert egg alveg út í áður en það næsta er bætt út í.
d) Píptu út gróðrolíur á kökuplötu og bakaðu í 375°F ofni í 50 mínútur.
e) Slökkvið á ofninum og látið profiteroles standa þar til ofninn er kaldur. Sprungið örlítið í ofnhurðinni á þessum tíma til að þær verði nægilega þurrar.
f) Ef notar ekki gróðapólurnar samdægurs skaltu setja þær strax í frysti. Þegar þær hafa frosið, geymið þær í plastpoka til að koma í veg fyrir að þær verði gamaldags.
g) Til að bera fram skaltu skera profiteroles í tvennt og setja þær í háan ofn þar til þær eru heitar. Setjið litla kúlu af ís í hvern neðsta hluta.
h) Hyljið með afganginum af toppunum og hellið síðan þunnri heitri súkkulaðisósu ofan á hvern.
i) Berið fram strax.

54. Hindberjasorbet og súkkulaðisósa Profiteroles

HRÁEFNI:
FYRIR RJÓMABÆKIN:
- 1 bolli vatn (250 ml)
- 2 matskeiðar sykur (25 ml)
- ⅓ bolli smjör, skorið í litla bita (75 ml)
- 1 bolli alhliða hveiti (250 ml)
- 4 egg

FYRIR ÁFYLLINGUNA:
- 1 pint hindberjasorbet

FYRIR SÚKKULAÐISÓSUNA:
- 6 aura bitursætt eða hálfsætt súkkulaði, saxað (175 g)
- 2 matskeiðar kakó (25 ml)
- 3 matskeiðar maíssíróp (45 ml)
- ½ bolli mjólk eða vatn (125 ml)
- 1 tsk hreint vanilluþykkni (5 ml)

LEIÐBEININGAR:
FYRIR RJÓMABÆKIN:
a) Hitið vatn, sykur og smjör í stórum potti að suðu fyrir rjómabollurnar.
b) Takið af hitanum og bætið hveiti saman við í einu, hrærið stöðugt þar til deigið hefur sameinast í kúlu.
c) Hitið aftur og eldið, hrærið deigið við botninn á pönnunni til að þorna það. Takið af hitanum þegar þunn filma myndast á botninum.
d) Færið blönduna yfir í blöndunarskál og kælið í 5 mínútur.
e) Bætið eggjum út í deigið, einu í einu, þar til hvert egg hefur verið að fullu innlimað.
f) Rífið eða skeiðið deigið í 24 litla hauga á bökunarplötu klædda bökunarpappír.
g) Bakið í forhituðum 400°F/200°C ofni í 20 til 25 mínútur þar til blásið og brúnt. Athugið eftir 15 mínútur og lækkið hitann ef þarf. Flott.
h) Fjarlægðu hetturnar af pústunum, dragðu út allt óbakað deig og fylltu hverja lund með örsmáum skeiðum af hindberjasorbeti. Skiptu um hetturnar. Frysta.

FYRIR SÚKKULAÐISÓSUNA:
i) Blandið saman hakkað súkkulaði, kakói, maíssírópi og vatni í pott. Hitið blönduna, hrærið stöðugt í.
j) Takið af hitanum þegar það er slétt og hrærið vanillu út í.

SAMSETNING:
k) Setjið 3 fylltar gróðaferólur á disk og dreypið súkkulaðisósunni yfir.
l) Berið fram strax og njóttu dásamlegra gróðakorna með hindberjasorbeti og súkkulaðisósu!

55. Tiramisu Profiteroles

HRÁEFNI:

FYRIR PROFITEROLES:
- 300 millilítrar vatn (1/2 pint)
- 110 grömm smjör, í teningum (4 oz)
- 140 grömm sterkt venjulegt hveiti (5 oz)
- 4 egg, þeytt

FYRIR ÁFYLLINGUNA:
- 4 eggjarauður
- 85 gr sykur (3 oz)
- 1 tsk instant kaffi
- 1 msk Kaffilíkjör
- 50 grömm venjulegt súkkulaði, saxað (2 oz)
- 350 grömm Mascarpone ostur (12 oz)
- 2 eggjahvítur
- 25 grömm púðursykur (1 oz)
- 300 millilítrar þeyttur rjómi (1/2 pint)

FYRIR SÚKKULAÐISÓSUNA:
- 110 grömm venjulegt súkkulaði (4 oz)
- 1 tsk instant kaffi
- 300 millilítrar Þeyttur rjómi

LEIÐBEININGAR:
FYRIR PROFITEROLES:
a) Hitið vatnið og smjörið varlega saman þar til það byrjar að sjóða rétt.
b) Takið pönnuna af hellunni og þeytið strax hveiti út í þar til þú hefur þykkt og slétt deig.
c) Bætið stífþeyttum eggjunum út í smá í einu, þeytið vel þar til blandan verður gljáandi deig.
d) Setjið teskeiðar af deiginu á tilbúnar plötur og bakið við 180°C/350°F/gasmark 4 í 30 mínútur þar til þær eru gullinbrúnar og þurrar í miðjunni.
e) Kælið á grind og skerið svo í tvennt.

FYRIR ÁFYLLINGUNA:
f) Þeytið eggjarauður og sykur saman á pönnu með sjóðandi vatni þar til létt og ljóst (5-8 mínútur). Takið af hitanum.
g) Blandið saman kaffiduftinu og líkjörnum og bætið út í eggjablönduna.
h) Bætið súkkulaðibitunum saman við og hrærið til að blandast saman. Hrærið mascarponeinu smám saman út í og þeytið þar til það er slétt.
i) Í hreinni skál, þeytið eggjahvíturnar með 25 g sykrinum og blandið saman við mascarpone blönduna.
j) Fylltu hverja gróðapólu með stórri skeið af fyllingunni.

FYRIR SÚKKULAÐISÓSUNA:
k) Bræðið súkkulaðið í rjómanum á pönnu.
l) Bætið kaffiduftinu út í og hrærið þar til það er slétt.
m) Berið sósuna fram heita eða kalda yfir fylltu gítarólunum.

56. Sætar Profiteroles

HRÁEFNI:
- 1 stafur ósaltað smjör
- 1 bolli mjólk
- ½ tsk salt
- 2 matskeiðar sykur
- 1 bolli hveiti
- ½ tsk lyftiduft
- 5 egg

LEIÐBEININGAR:
a) Hitið ofninn í 375 gráður.
b) Í meðalstórum potti, hitið smjör og mjólk við háan hita, þeytið þar til smjörið bráðnar og blandan kemur að suðu.
c) Hrærið salti og sykri saman við.
d) Blandið saman hveiti og lyftidufti og bætið svo saman við mjólkurblönduna í einu. Þeytið og hrærið þar til blandan losnar frá hliðunum á pönnunni og myndar deigkúlu.
e) Takið af hitanum og setjið deigið yfir í skál.
f) Notaðu rafmagnshrærivél til að þeyta 5 egg út í, eitt í einu. Gakktu úr skugga um að hvert egg sé vel blandað í áður en þú bætir því næsta við.
g) Notaðu sætabrauðspoka án odds til að setja 16 rausnarlega golfbolta af deigi á ósmurða bökunarplötu.
h) Bakið þar til gítarolurnar eru gullbrúnar, sléttar á botninum og þurrar að innan, um 25 mínútur.
i) Takið úr ofninum og látið kólna. Hægt er að búa til þessar gróðapólur á undan; ekki geyma í kæli.
j) Berið fram og njótið yndislegu sætu profiterolesanna þinna! Þú getur fyllt þær með ýmsum sætum fyllingum eins og þeyttum rjóma, sætabrauðsrjóma eða ís fyrir dýrindis skemmtun.

57. Mokka Profiteroles

HRÁEFNI:
- 1 bolli vatn
- 1/2 bolli ósaltað smjör
- 1 bolli alhliða hveiti
- 4 stór egg
- 1 bolli þungur rjómi
- 1/4 bolli kakóduft
- 1/4 bolli flórsykur
- Súkkulaði ganache fyrir álegg

LEIÐBEININGAR:
a) Forhitaðu ofninn þinn í 400°F (200°C) og klæddu bökunarplötu með bökunarpappír.
b) Í pott, hitið vatn og smjör að suðu. Bætið hveiti út í og hrærið þar til slétt deig myndast.
c) Takið af hitanum og látið kólna í nokkrar mínútur. Bætið eggjum við einu í einu, þeytið vel eftir hverja viðbót.
d) Flyttu deigið yfir í pípupoka og settu litla hauga á bökunarplötuna. Bakið í 20-25 mínútur eða þar til þær eru gullinbrúnar.
e) Þeytið þungan rjóma í skál með kakódufti og flórsykri þar til stífir toppar myndast.
f) Skerið gróðapólurnar í tvennt, fyllið með mokkaþeyttum rjóma og dreypið súkkulaðiganache yfir.

58. Foie Gras Profiteroles

HRÁEFNI:

- ½ pund Foie gras fita
- 2 bollar Mjólk
- ½ pund auk 5 aura hveiti
- Salt eftir smekk
- 6 heil egg

LEIÐBEININGAR:

a) Hitið ofninn í 425 gráður.
b) Hitið foie gras fituna, mjólkina og saltið að suðu í sósupotti.
c) Hrærið hveiti út í og eldið þar til deigið losnar frá veggnum á pottinum, hrærið stöðugt í.
d) Takið af hitanum og setjið í rafmagnsblöndunarskál.
e) Notaðu spaðafestingu og hrærivélina á hægum hraða, bætið eggjunum út í einu í einu.
f) Í sætabrauðspoka með stjörnuodda, fyllið pokann með deiginu.
g) Pípið deigið á bökunarpappírsklædda plötu.
h) Bakið þar til gróðrarólin eru gyllt og stíf.

59. Profiteroles með Bourbon ís

HRÁEFNI:
FYRIR BOURBON ÍSINN:
- 2 bollar nýmjólk
- 6 Extra stórar eggjarauður
- ½ bolli Kornsykur
- 1 bolli Þungur rjómi
- 3 matskeiðar Bourbon
- 1 matskeið Dökkt romm
- ½ tsk Nýrifinn múskat

FYRIR RJÓMAMÚSDEIGIN (PÂTE À CHOUX):
- 5 Extra stór heil egg
- 1 bolli Vatn
- 1 stafur (1/4 pund) ósaltað smjör
- ⅛ teskeið Salt
- ¼ tsk Kornsykur
- 1 bolli Sigtað óbleikt hveiti

FYRIR eggjaþvottinn:
- 1 egg blandað saman við 1 matskeið af vatni

FYRIR SAMKOMUN:
- 1 uppskrift af Fudge sósu (sjá hér að neðan)

LEIÐBEININGAR:
FYRIR BOURBON ÍSINN:
a) Hellið mjólkinni í þykkbotna pott og látið suðuna varlega koma upp við meðalhita. Forðastu að brenna eða sjóða yfir. Lækkið hitann og látið malla í 10 mínútur, án loks. Takið af hitanum.
b) Þeytið eggjarauður og sykur saman á meðalhraða í 5 mínútur í stóru skálinni í rafmagnshrærivél.
c) Bætið nokkrum matskeiðum af heitri mjólk út í eggja/sykurblönduna til að tempra eggin. Setjið mjólkurpottinn aftur á eldavélina og bætið eggjarauðu/sykriblöndunni saman við á lágum hita í hægum, jöfnum straumi og hrærið stöðugt í.
d) Haltu áfram að elda í 7 eða 8 mínútur, hrærið stöðugt í, þar til vaniljan þykknar og hjúpar bakhlið skeiðar. Takið af hitanum og kælið alveg í ísvatnsbaði.
e) Hrærið bourbon, rommi og múskat saman við. Bætið þunga rjómanum út í og frystið samkvæmt leiðbeiningum fyrir ísvélina.

FYRIR RJÓMAMÚSDEIGIN (PÂTE À CHOUX):
f) Brjóttu eggin í ílát og settu það við hliðina á eldavélinni.
g) Hitið vatn, smjör, salt og sykur að suðu í þykkbotna potti. Hrærið hveitinu í einu út í þegar vökvinn sýður með því að nota tréskeið.
h) Lækkið hitann í lágan og hrærið stöðugt í 3 til 4 mínútur þar til blandan togar saman og fjarlægist hliðunum á pottinum. Þetta ferli eldar út hráa hveitibragðið.
i) Við vægan hita, bætið eggjunum við einu í einu, blandið hverju eggi fyrir sig þar til það er alveg frásogast af hveitinu. Blandan verður glansandi og teygjanleg. Takið af hitanum, setjið í ryðfríu stáli skál og kælið alveg.

FYRIR PROFITEROLES:
j) Hitið ofninn í 425 gráður.
k) Notaðu sætabrauðspoka með beinum miðlungs þjórfé, settu um það bil 1 ávöl matskeið af deigi fyrir hverja gróðabrauð yfir á kökuplötu sem er fóðruð með létt smjöruðu smjörpappír, með um það bil 1 tommu millibili. Að öðrum kosti má nota matskeið til að setja deigið á smjörpappírinn.
l) Penslið hverja profiterole létt með eggþvottinum, setjið í forhitaðan ofninn og bakið í 15 mínútur áður en hitinn er lækkaður í 350 gráður.
m) Bakið þar til pússurnar eru orðnar gullinbrúnar, um 12 mínútur í viðbót. Takið úr ofninum og látið kólna.
n) Þegar það hefur kólnað skaltu skera það upp og fylla með litlum kúlu af ís. Setjið hverja áfyllta gítaról í frysti til að halda ísinn frosinn þar til hann er tilbúinn til framreiðslu.
o) Til að bera fram skaltu setja eina profiterole á hvern disk, toppa með Fudge sósu og bera fram strax.

60. Jarðarberjaostakaka Profiteroles

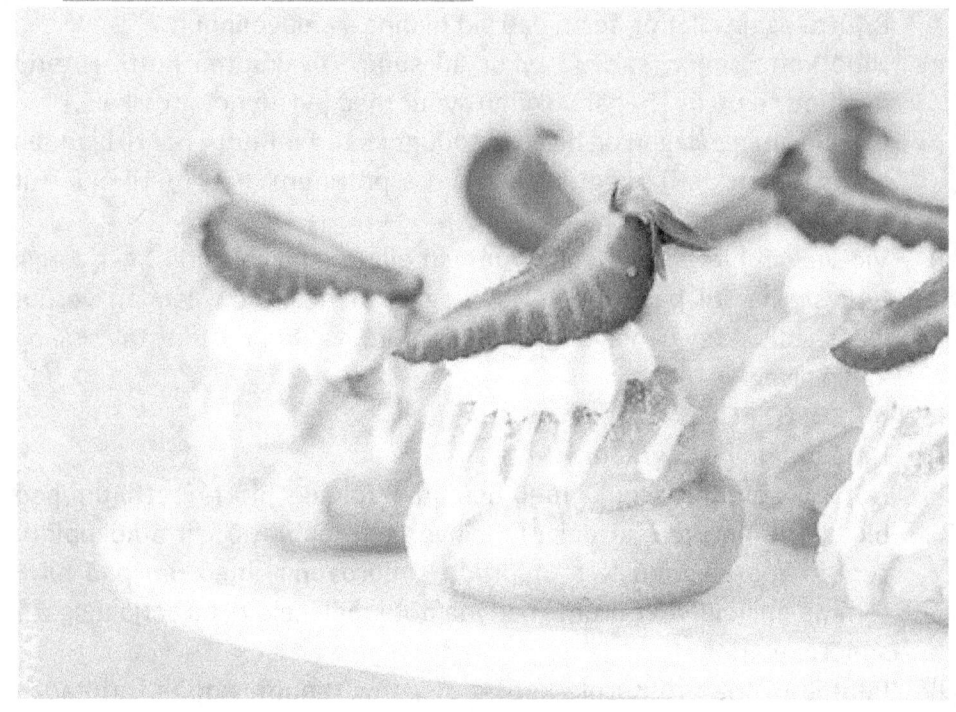

HRÁEFNI:
- 1 bolli vatn
- 1/2 bolli ósaltað smjör
- 1 bolli alhliða hveiti
- 4 stór egg
- 1 bolli rjómaostur, mildaður
- 1/2 bolli flórsykur
- 1 tsk vanilluþykkni
- Fersk jarðarber, skorin í sneiðar

LEIÐBEININGAR:
a) Forhitaðu ofninn þinn í 400°F (200°C) og klæddu bökunarplötu með bökunarpappír.
b) Í pott, hitið vatn og smjör að suðu. Bætið hveiti út í og hrærið þar til slétt deig myndast.
c) Takið af hitanum og látið kólna í nokkrar mínútur. Bætið eggjum við einu í einu, þeytið vel eftir hverja viðbót.
d) Flyttu deigið yfir í pípupoka og settu litla hauga á bökunarplötuna. Bakið í 20-25 mínútur eða þar til þær eru gullinbrúnar.
e) Blandið rjómaosti, flórsykri og vanillu saman í skál þar til það er slétt. Skerið gróðapólurnar í tvennt, fyllið með rjómaostablöndunni og toppið með sneiðum jarðarberjum.

61. Profiteroles með kartöflusósu

HRÁEFNI:

CHOUX PASTE:
- 200 millilítrar vatn (7 fl oz)
- 100 grömm smjör (3½ oz)
- 1 matskeið vatn (aukalega)
- 150 grömm venjulegt hveiti (3⅓ oz)
- 4 egg

FYLLING:
- Vanillu ís

TOFFEE SÓSA:
- 400 millilítra rjómi (14 fl oz)
- 340 grömm púðursykur (12 oz)
- 3 tsk kakóduft
- 2 matskeiðar gullsíróp
- 1 matskeið Smjör
- 1 matskeið vanillusykur

LEIÐBEININGAR:
a) Forhitið ofninn í 200°C/400°F/gasmerki 6.
b) Smyrjið bökunarplötu með 1 tsk af smjöri.

CHOUX PASTE:
c) Hitið vatnið og 100 g af smjöri að suðu.
d) Bætið hveitinu út í og hrærið kröftuglega þar til blandan losnar af hliðunum á pönnunni.
e) Takið af hitanum, hrærið í 2-3 mínútur og látið kólna.
f) Þeytið 1 egg út í í einu.
g) Setjið deigið í sprautupoka og leggið 30-40 litlar bollur á tilbúna bökunarplötu.
h) Bakið í miðjum ofni í um það bil 10 mínútur eða þar til choux deigið hefur lyft sér upp í meira en tvöfalda stærð og er gullið.

TOFFEE SÓSA:
i) Blandið saman rjóma, sykri, kakói og gullna sírópinu á pönnu.
j) Látið suðuna koma upp, hrærið, lækkið hitann, haldið áfram að hræra og látið malla í 20-30 mínútur eða þar til sósan er orðin þykk og gullinbrún.
k) Takið af hitanum, hrærið smjörinu út í og bætið vanillusykri út í eftir smekk.
l) Hrærið af og til á meðan sósan kólnar.
m) Skerið sundur í gróðapólurnar og fyllið hvern með vanilluís.
n) Staflaðu profiterolesunum á framreiðsludisk í pýramídaformi.
o) Hellið karamellusósunni yfir gróðapólurnar. Ef einhver sósa er eftir, berið hana fram sérstaklega.
p) Berið fram og njótið yndislegra gróðapóla með karamellasósu! Parið með sætu hvítvíni til að auka upplifun.

62. Mangó Kókos Profiteroles

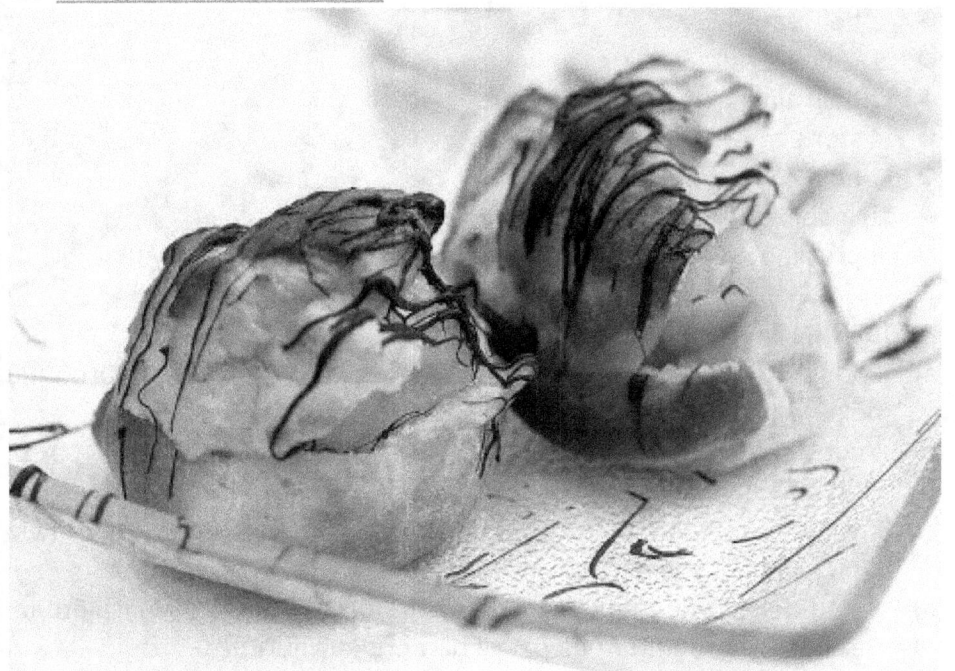

HRÁEFNI:
- 1 bolli vatn
- 1/2 bolli ósaltað smjör
- 1 bolli alhliða hveiti
- 4 stór egg
- 1 bolli kókosrjómi
- 1/4 bolli flórsykur
- 1 þroskað mangó, skorið í teninga

LEIÐBEININGAR:

a) Forhitaðu ofninn þinn í 400°F (200°C) og klæddu bökunarplötu með bökunarpappír.

b) Í pott, hitið vatn og smjör að suðu. Bætið hveiti út í og hrærið þar til slétt deig myndast.

c) Takið af hitanum og látið kólna í nokkrar mínútur. Bætið eggjum við einu í einu, þeytið vel eftir hverja viðbót.

d) Flyttu deigið yfir í pípupoka og settu litla hauga á bökunarplötuna. Bakið í 20-25 mínútur eða þar til þær eru gullinbrúnar.

e) Þeytið kókosrjóma og flórsykur í skál þar til stífir toppar myndast.

f) Skerið gróðapólurnar í tvennt, fyllið með kókosrjóma og toppið með hægelduðum mangó.

63. Bláberja sítrónu Profiteroles

HRÁEFNI:
- 1 bolli vatn
- 1/2 bolli ósaltað smjör
- 1 bolli alhliða hveiti
- 4 stór egg
- 1 bolli þeyttur rjómi
- Börkur af 1 sítrónu
- 1 bolli fersk bláber

LEIÐBEININGAR:
a) Forhitaðu ofninn þinn í 400°F (200°C) og klæddu bökunarplötu með bökunarpappír.
b) Í pott, hitið vatn og smjör að suðu. Bætið hveiti út í og hrærið þar til slétt deig myndast.
c) Takið af hitanum og látið kólna í nokkrar mínútur. Bætið eggjum við einu í einu, þeytið vel eftir hverja viðbót.
d) Flyttu deigið yfir í pípupoka og settu litla hauga á bökunarplötuna. Bakið í 20-25 mínútur eða þar til þær eru gullinbrúnar.
e) Blandið saman þeyttum rjóma og sítrónuberki í skál. Fylltu gítarolurnar með sítrónukreminu og toppið með ferskum bláberjum.

64. Bragõmikil Herbed Profiteroles

HRÁEFNI:

- 1 stafur ósaltað smjör
- 1 bolli mjólk
- ½ tsk salt
- ¼ tsk nýmalaður hvítur pipar
- 1 bolli alhliða hveiti
- ½ tsk lyftiduft
- 5 egg
- 1 msk úrval saxaðar ferskar kryddjurtir (svo sem basil, steinselja, timjan)
- 1 msk rifinn parmesanostur

LEIÐBEININGAR:

a) Hitið ofninn í 375 gráður.
b) Í meðalstórum potti, hitið smjör og mjólk við háan hita, þeytið þar til smjörið bráðnar og blandan kemur að suðu. Hrærið salti og hvítum pipar saman við.
c) Blandið saman hveiti og lyftidufti og bætið svo saman við mjólkurblönduna í einu. Þeytið og hrærið þar til blandan losnar frá hliðunum á pönnunni og myndar deigkúlu.
d) Takið af hitanum og setjið deigið yfir í skál.
e) Notaðu rafmagnshrærivél til að þeyta 5 egg út í, eitt í einu. Gakktu úr skugga um að hvert egg sé vel blandað í áður en þú bætir því næsta við.
f) Bætið söxuðum ferskum kryddjurtum og rifnum parmesanosti saman við og hrærið þar til það hefur blandast vel saman.
g) Notaðu sætabrauðspoka án odds til að setja 16 rausnarlega golfbolta af deigi á ósmurða bökunarplötu.
h) Bakið þar til gítarólin eru gullbrún, slétt á botninum og þurr að innan, um það bil 25 mínútur.
i) Takið úr ofninum og látið kólna. Hægt er að búa til þessar gróðapólur á undan; ekki geyma í kæli.
j) Berið fram og njótið dásamlegra, bragðmiklu jurta-gróðabollanna þinna! Þeir gera frábæran forrétt eða meðlæti með ýmsum réttum.

65. Hindberja súkkulaði Profiteroles

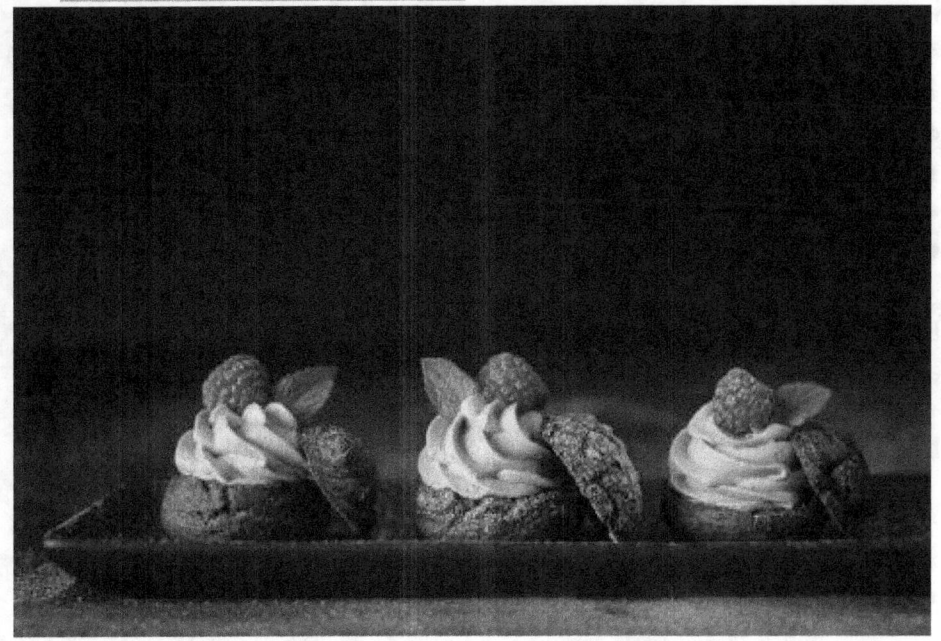

HRÁEFNI:
- 1 bolli vatn
- 1/2 bolli ósaltað smjör
- 1 bolli alhliða hveiti
- 4 stór egg
- 1 bolli dökkt súkkulaði, brætt
- 1 bolli þeyttur rjómi
- Fersk hindber

LEIÐBEININGAR:

a) Forhitaðu ofninn þinn í 400°F (200°C) og klæddu bökunarplötu með bökunarpappír.

b) Í pott, hitið vatn og smjör að suðu. Bætið hveiti út í og hrærið þar til slétt deig myndast.

c) Takið af hitanum og látið kólna í nokkrar mínútur. Bætið eggjum við einu í einu, þeytið vel eftir hverja viðbót.

d) Flyttu deigið yfir í pípupoka og settu litla hauga á bökunarplötuna. Bakið í 20-25 mínútur eða þar til þær eru gullinbrúnar.

e) Dýfðu toppunum af profiteroles í bræddu dökku súkkulaði.

f) Fyllið með þeyttum rjóma og toppið með ferskum hindberjum.

66. Kaffi Custard Profiteroles

HRÁEFNI:

- 1 bolli vatn
- 1/2 bolli ósaltað smjör
- 1 bolli alhliða hveiti
- 4 stór egg
- 1 bolli nýmjólk
- 2 matskeiðar skyndikaffi
- 1/2 bolli kornsykur
- 2 matskeiðar maíssterkju
- Þeyttur rjómi til fyllingar

LEIÐBEININGAR:

a) Forhitaðu ofninn þinn í 400°F (200°C) og klæddu bökunarplötu með bökunarpappír.
b) Í pott, hitið vatn og smjör að suðu. Bætið hveiti út í og hrærið þar til slétt deig myndast.
c) Takið af hitanum og látið kólna í nokkrar mínútur. Bætið eggjum við einu í einu, þeytið vel eftir hverja viðbót.
d) Flyttu deigið yfir í pípupoka og settu litla hauga á bökunarplötuna. Bakið í 20-25 mínútur eða þar til þær eru gullinbrúnar.
e) Hitið mjólk og instant kaffi í potti þar til það er orðið heitt. Þeytið sykur og maíssterkju í sérstakri skál. Bætið heitu kaffimjólkinni smám saman út í og þeytið stöðugt.
f) Setjið blönduna aftur í pottinn og eldið við meðalhita þar til hún er þykk. Leyfið kaffikreminu að kólna.
g) Skerið gróðapólurnar í tvennt, fyllið með kaffikremi og toppið með þeyttum rjóma.

67. Earl Grey Tea Profiteroles

HRÁEFNI:

- 1 bolli vatn
- 1/2 bolli ósaltað smjör
- 1 bolli alhliða hveiti
- 4 stór egg
- 1 bolli þungur rjómi
- 2 matskeiðar laus Earl Grey telauf
- 1/4 bolli flórsykur

LEIÐBEININGAR:

a) Forhitaðu ofninn þinn í 400°F (200°C) og klæddu bökunarplötu með bökunarpappír.
b) Í pott, hitið vatn og smjör að suðu. Bætið hveiti út í og hrærið þar til slétt deig myndast.
c) Takið af hitanum og látið kólna í nokkrar mínútur. Bætið eggjum við einu í einu, þeytið vel eftir hverja viðbót.
d) Flyttu deigið yfir í pípupoka og settu litla hauga á bökunarplötuna. Bakið í 20-25 mínútur eða þar til þær eru gullinbrúnar.
e) Hitið þungan rjóma í potti þar til hann sýður. Takið af hitanum, bætið Earl Grey telaufum út í og látið malla í 10 mínútur. Sigtið telaufin úr rjómanum.
f) Þeytið teið rjómann með flórsykri þar til stífir toppar myndast.
g) Skerið gróðapólurnar í tvennt, fyllið með Earl Grey þeyttum rjóma og stráið með viðbótar flórsykri ef vill.

68. Gráðostur og Walnut Profiteroles

HRÁEFNI:

- 1 bolli vatn
- 1/2 bolli ósaltað smjör
- 1 bolli alhliða hveiti
- 4 stór egg
- 1 bolli gráðostur, mulinn
- 1/2 bolli þungur rjómi
- 1/4 bolli saxaðar valhnetur
- Hunang til að drekka

LEIÐBEININGAR:

a) Forhitaðu ofninn þinn í 400°F (200°C) og klæddu bökunarplötu með bökunarpappír.

b) Í pott, hitið vatn og smjör að suðu. Bætið hveiti út í og hrærið þar til slétt deig myndast.

c) Takið af hitanum og látið kólna í nokkrar mínútur. Bætið eggjum við einu í einu, þeytið vel eftir hverja viðbót.

d) Flyttu deigið yfir í pípupoka og settu litla hauga á bökunarplötuna. Bakið í 20-25 mínútur eða þar til þær eru gullinbrúnar.

e) Þeytið þungan rjóma í skál þar til stífir toppar myndast. Blandið gráðosti og söxuðum valhnetum varlega saman við.

f) Skerið gróðapólurnar í tvennt, fyllið með gráðostablöndunni og dreypið hunangi yfir.

69. Grænt te Matcha Profiteroles

HRÁEFNI:
- 1 bolli vatn
- 1/2 bolli ósaltað smjör
- 1 bolli alhliða hveiti
- 4 stór egg
- 1 bolli þungur rjómi
- 2 matskeiðar matcha grænt te duft
- 1/4 bolli flórsykur

LEIÐBEININGAR:
a) Forhitaðu ofninn þinn í 400°F (200°C) og klæddu bökunarplötu með bökunarpappír.
b) Í pott, hitið vatn og smjör að suðu. Bætið hveiti út í og hrærið þar til slétt deig myndast.
c) Takið af hitanum og látið kólna í nokkrar mínútur. Bætið eggjum við einu í einu, þeytið vel eftir hverja viðbót.
d) Flyttu deigið yfir í pípupoka og settu litla hauga á bökunarplötuna. Bakið í 20-25 mínútur eða þar til þær eru gullinbrúnar.
e) Þeytið þungan rjóma í skál með matcha grænu tedufti og flórsykri þar til stífir toppar myndast.
f) Skerið gróðapólurnar í tvennt, fyllið með matcha þeyttum rjóma og stráið með viðbótar matcha dufti ef vill.

70. Heslihnetusúkkulaði Profiteroles

HRÁEFNI:

- 1 bolli vatn
- 1/2 bolli ósaltað smjör
- 1 bolli alhliða hveiti
- 4 stór egg
- 1 bolli heslihnetuálegg
- 1/2 bolli þungur rjómi
- Saxaðar heslihnetur til skrauts

LEIÐBEININGAR:

a) Forhitaðu ofninn þinn í 400°F (200°C) og klæddu bökunarplötu með bökunarpappír.
b) Í pott, hitið vatn og smjör að suðu. Bætið hveiti út í og hrærið þar til slétt deig myndast.
c) Takið af hitanum og látið kólna í nokkrar mínútur. Bætið eggjum við einu í einu, þeytið vel eftir hverja viðbót.
d) Flyttu deigið yfir í pípupoka og settu litla hauga á bökunarplötuna. Bakið í 20-25 mínútur eða þar til þær eru gullinbrúnar.
e) Blandið heslihnetuáleggi og þungum rjóma saman í skál þar til það er slétt.
f) Skerið gróðapólurnar í tvennt, fyllið með heslihneturjóma og stráið söxuðum heslihnetum yfir.

71. Ananas kókos romm Profiteroles

HRÁEFNI:

- 1 bolli vatn
- 1/2 bolli ósaltað smjör
- 1 bolli alhliða hveiti
- 4 stór egg
- 1 bolli kókosrjómi
- 1 bolli ferskur ananas, skorinn í teninga
- 2 matskeiðar romm (valfrjálst)

LEIÐBEININGAR:

a) Forhitaðu ofninn þinn í 400°F (200°C) og klæddu bökunarplötu með bökunarpappír.
b) Í pott, hitið vatn og smjör að suðu. Bætið hveiti út í og hrærið þar til slétt deig myndast.
c) Takið af hitanum og látið kólna í nokkrar mínútur. Bætið eggjum við einu í einu, þeytið vel eftir hverja viðbót.
d) Flyttu deigið yfir í pípupoka og settu litla hauga á bökunarplötuna. Bakið í 20-25 mínútur eða þar til þær eru gullinbrúnar.
e) Blandið kókosrjóma, hægelduðum ananas og rommi saman í skál (ef það er notað).
f) Skerið gróðapólurnar í tvennt, fyllið með ananas-kókosblöndunni og berið fram.

72. Dökk súkkulaði hindberja Profiteroles

HRÁEFNI:
- 1 bolli vatn
- 1/2 bolli ósaltað smjör
- 1 bolli alhliða hveiti
- 4 stór egg
- 1 bolli dökkt súkkulaði, saxað
- 1/2 bolli þungur rjómi
- Fersk hindber til skrauts

LEIÐBEININGAR:
a) Forhitaðu ofninn þinn í 400°F (200°C) og klæddu bökunarplötu með bökunarpappír.
b) Í pott, hitið vatn og smjör að suðu. Bætið hveiti út í og hrærið þar til slétt deig myndast.
c) Takið af hitanum og látið kólna í nokkrar mínútur. Bætið eggjum við einu í einu, þeytið vel eftir hverja viðbót.
d) Flyttu deigið yfir í pípupoka og settu litla hauga á bökunarplötuna. Bakið í 20-25 mínútur eða þar til þær eru gullinbrúnar.
e) Í hitaþolinni skál, blandið niður söxuðu dökku súkkulaði og þungum rjóma. Bræðið saman með tvöföldum katli eða í örbylgjuofni, hrærið þar til það er slétt.
f) Skerið gróðapólurnar í tvennt, fyllið með dökku súkkulaðiganache og toppið með ferskum hindberjum.

73. Möndlu Pralín Profiteroles

HRÁEFNI:

- 1 bolli vatn
- 1/2 bolli ósaltað smjör
- 1 bolli alhliða hveiti
- 4 stór egg
- 1 bolli þungur rjómi
- 1/2 bolli möndlu pralínemauk
- Möndlur í sneiðar til skrauts

LEIÐBEININGAR:

a) Forhitaðu ofninn þinn í 400°F (200°C) og klæddu bökunarplötu með bökunarpappír.

b) Í pott, hitið vatn og smjör að suðu. Bætið hveiti út í og hrærið þar til slétt deig myndast.

c) Takið af hitanum og látið kólna í nokkrar mínútur. Bætið eggjum við einu í einu, þeytið vel eftir hverja viðbót.

d) Flyttu deigið yfir í pípupoka og settu litla hauga á bökunarplötuna. Bakið í 20-25 mínútur eða þar til þær eru gullinbrúnar.

e) Þeytið þungan rjóma í skál þar til stífir toppar myndast. Blandið möndlu pralínamauki varlega saman við.

f) Skerið gróðamolana í tvennt, fyllið með möndlupralínkremi og toppið með sneiðum möndlum.

74. Macadamia hvítt súkkulaði Profiteroles

HRÁEFNI:

- 1 bolli vatn
- 1/2 bolli ósaltað smjör
- 1 bolli alhliða hveiti
- 4 stór egg
- 1 bolli hvít súkkulaðibitar, brætt
- 1 bolli þungur rjómi
- 1/2 bolli macadamia hnetur, saxaðar

LEIÐBEININGAR:

a) Forhitaðu ofninn þinn í 400°F (200°C) og klæddu bökunarplötu með bökunarpappír.

b) Í pott, hitið vatn og smjör að suðu. Bætið hveiti út í og hrærið þar til slétt deig myndast.

c) Takið af hitanum og látið kólna í nokkrar mínútur. Bætið eggjum við einu í einu, þeytið vel eftir hverja viðbót.

d) Flyttu deigið yfir í pípupoka og settu litla hauga á bökunarplötuna. Bakið í 20-25 mínútur eða þar til þær eru gullinbrúnar.

e) Dýfðu toppunum af profiterolesunum í bræddu hvítu súkkulaði.

f) Þeytið þungan rjóma í skál þar til stífir toppar myndast. Blandið söxuðum macadamia hnetum varlega saman við.

g) Fylltu gróðapólurnar með macadamia rjóma og dreypið meira af bræddu hvítu súkkulaði yfir.

75. Mint súkkulaði Profiteroles

HRÁEFNI:

- 1 bolli vatn
- 1/2 bolli ósaltað smjör
- 1 bolli alhliða hveiti
- 4 stór egg
- 1 bolli dökkt súkkulaði, saxað
- 1/2 bolli þungur rjómi
- 1 tsk piparmyntuþykkni
- Myldu piparmyntukonfekt til skrauts

LEIÐBEININGAR:

a) Forhitaðu ofninn þinn í 400°F (200°C) og klæddu bökunarplötu með bökunarpappír.
b) Í pott, hitið vatn og smjör að suðu. Bætið hveiti út í og hrærið þar til slétt deig myndast.
c) Takið af hitanum og látið kólna í nokkrar mínútur. Bætið eggjum við einu í einu, þeytið vel eftir hverja viðbót.
d) Flyttu deigið yfir í pípupoka og settu litla hauga á bökunarplötuna. Bakið í 20-25 mínútur eða þar til þær eru gullinbrúnar.
e) Í hitaþéttri skál, blandaðu niður söxuðu dökku súkkulaði, þungum rjóma og piparmyntuþykkni. Bræðið saman þar til slétt.
f) Skerið gróðamolana í tvennt, fyllið með myntu súkkulaði ganache og stráið muldu piparmyntu sælgæti ofan á.

76. Klassískar osta Profiteroles

HRÁEFNI:
- 1 bolli vatn
- 1/2 bolli ósaltað smjör
- 1 bolli alhliða hveiti
- 4 stór egg
- 1 bolli rifinn Gruyère ostur
- 1 bolli rjómaostur, mildaður
- Salt og pipar eftir smekk
- Saxaður graslaukur til skrauts

LEIÐBEININGAR:
a) Forhitaðu ofninn þinn í 400°F (200°C) og klæddu bökunarplötu með bökunarpappír.
b) Í pott, hitið vatn og smjör að suðu. Bætið hveiti út í og hrærið þar til slétt deig myndast.
c) Takið af hitanum og látið kólna í nokkrar mínútur. Bætið eggjum við einu í einu, þeytið vel eftir hverja viðbót.
d) Flyttu deigið yfir í pípupoka og settu litla hauga á bökunarplötuna. Bakið í 20-25 mínútur eða þar til þær eru gullinbrúnar.
e) Blandið Gruyère osti og rjómaosti saman í skál þar til það hefur blandast vel saman. Kryddið með salti og pipar.
f) Skerið gróðapólurnar í tvennt, fyllið með ostablöndunni og skreytið með söxuðum graslauk.

77. Cheddar og beikon Profiteroles

HRÁEFNI:
- 1 bolli vatn
- 1/2 bolli ósaltað smjör
- 1 bolli alhliða hveiti
- 4 stór egg
- 1 bolli rifinn cheddar ostur
- 1/2 bolli soðið beikon, mulið
- 1/4 bolli grænn laukur, saxaður

LEIÐBEININGAR:
a) Forhitaðu ofninn þinn í 400°F (200°C) og klæddu bökunarplötu með bökunarpappír.
b) Í pott, hitið vatn og smjör að suðu. Bætið hveiti út í og hrærið þar til slétt deig myndast.
c) Takið af hitanum og látið kólna í nokkrar mínútur. Bætið eggjum við einu í einu, þeytið vel eftir hverja viðbót.
d) Flyttu deigið yfir í pípupoka og settu litla hauga á bökunarplötuna. Bakið í 20-25 mínútur eða þar til þær eru gullinbrúnar.
e) Blandið saman cheddar osti, muldum beikoni og söxuðum grænum lauk í skál.
f) Skerið gróðapólurnar í tvennt, fyllið með cheddar- og beikonblöndunni.

78. Chai Spice Profiteroles

HRÁEFNI:

- 1 bolli vatn
- 1/2 bolli ósaltað smjör
- 1 bolli alhliða hveiti
- 4 stór egg
- 1 bolli nýmjólk
- 3 chai tepokar
- 1/2 bolli kornsykur
- 2 matskeiðar maíssterkju
- Þeyttur rjómi til fyllingar

LEIÐBEININGAR:

a) Forhitaðu ofninn þinn í 400°F (200°C) og klæddu bökunarplötu með bökunarpappír.
b) Í pott, hitið vatn og smjör að suðu. Bætið hveiti út í og hrærið þar til slétt deig myndast.
c) Takið af hitanum og látið kólna í nokkrar mínútur. Bætið eggjum við einu í einu, þeytið vel eftir hverja viðbót.
d) Flyttu deigið yfir í pípupoka og settu litla hauga á bökunarplötuna. Bakið í 20-25 mínútur eða þar til þær eru gullinbrúnar.
e) Hitið mjólk þar til rétt áður en hún sýður. Bætið chai tepokum út í og látið malla í 15 mínútur. Fjarlægðu tepokana.
f) Í skál, þeytið sykur og maíssterkju. Bætið chai mjólkinni smám saman út í og þeytið stöðugt.
g) Setjið blönduna aftur í pottinn og eldið við meðalhita þar til hún er þykk. Leyfið chai-kreminu að kólna.
h) Skerið gróðapólurnar í tvennt, fyllið með chai custard og toppið með þeyttum rjóma.

79. Pistasiugelato Profiteroles

HRÁEFNI:
PISTASÍU GELATO
- 2 bollar nýmjólk
- 1/3 bolli sykur
- 2 matskeiðar maíssterkju
- 7 aura pistasíumauk
- 1 tsk appelsínusafi

PISTASÍU ÁGNIÐUR
- 1 bolli hveiti
- 1 bolli vatn
- 1/2 bolli smjör
- 3 tsk sykur
- 1/4 tsk salt
- 4 egg
- 2 aura ristaðar pistasíuhnetur, malaðar

SKREYTA
- 2 appelsínur, skrældar
- 5 aura ristaðar pistasíuhnetur, malaðar
- 16 aura súkkulaðisósa
- 2 aura ristuð pistasíuolía

LEIÐBEININGAR:
UNDIRBÚÐU ÁFRAM
a) Pistasíuhlaupið má búa til degi eða tveimur áður. Skerið appelsínurnar.

PISTASÍU GELATO
b) Búðu til slurry með 1/4 bolla af mjólk með maíssterkju. Hitið afganginn af mjólkinni í potti með sykri. Þegar suðu hefur næstum náð, bætið við slökunni og látið malla í um það bil 3 mínútur og hrærið stöðugt í. Slappaðu af. Þeytið deigið og safann út í þar til það er slétt. Vinnið í ísvél og setjið í frysti.

PISTASÍU ÁGNIÐUR
c) Hitið smjör og vatn á eldavélinni. Bætið við sykri og salti. Þegar það hefur kraumað, blandið hveiti saman við þar til deigið myndast. Bætið eggjum út í, einu í einu þar til það hefur verið að fullu innlimað. Bætið pistasíuhnetum og píddu deiginu á fóðraða plötubakka. Bakið við 350 gráður Fahrenheit þar til það er blásið og gullbrúnt.

SKREYTIÐ
d) Hitið pistasíuberki, appelsínubörkur og pistasíuolíu örlítið á pönnu.

e) Þeytið súkkulaðisósu út í þar til hún er að fullu tekin upp. Berið fram heitt.

SAMSETNING

f) Skerið profiterole í tvennt og setjið skeið af gelato í miðjuna og búið til smáíssamlokur.
g) Hellið heitri súkkulaðisósu á botninn á plötunni.
h) Setjið samlokur ofan á sósu; hellið meiri heitri sósu yfir. Skreytið með dufti af möluðum pistasíuhnetum.

80. Mjólkursúkkulaði heslihnetur Profiteroles

HRÁEFNI:

- 1 bolli vatn
- 1/2 bolli ósaltað smjör
- 1 bolli alhliða hveiti
- 4 stór egg
- 1 bolli mjólkursúkkulaði, saxað
- 1/2 bolli heslihnetuálegg
- Saxaðar ristaðar heslihnetur til skrauts

LEIÐBEININGAR:

a) Forhitaðu ofninn þinn í 400°F (200°C) og klæddu bökunarplötu með bökunarpappír.
b) Í pott, hitið vatn og smjör að suðu. Bætið hveiti út í og hrærið þar til slétt deig myndast.
c) Takið af hitanum og látið kólna í nokkrar mínútur. Bætið eggjum við einu í einu, þeytið vel eftir hverja viðbót.
d) Flyttu deigið yfir í pípupoka og settu litla hauga á bökunarplötuna. Bakið í 20-25 mínútur eða þar til þær eru gullinbrúnar.
e) Bræðið mjólkursúkkulaði í hitaþolinni skál og blandið heslihnetuáleggi saman við þar til það er slétt.
f) Skerið gróðapólurnar í tvennt, fyllið með súkkulaði-heslihnetublöndunni og stráið söxuðum ristuðum heslihnetum ofan á.

81. Hvítt súkkulaði Kókos Profiteroles

HRÁEFNI:

- 1 bolli vatn
- 1/2 bolli ósaltað smjör
- 1 bolli alhliða hveiti
- 4 stór egg
- 1 bolli hvít súkkulaðibitar
- 1/2 bolli kókosrjómi
- Rifin kókoshneta til skrauts

LEIÐBEININGAR:

a) Forhitaðu ofninn þinn í 400°F (200°C) og klæddu bökunarplötu með bökunarpappír.
b) Í pott, hitið vatn og smjör að suðu. Bætið hveiti út í og hrærið þar til slétt deig myndast.
c) Takið af hitanum og látið kólna í nokkrar mínútur. Bætið eggjum við einu í einu, þeytið vel eftir hverja viðbót.
d) Flyttu deigið yfir í pípupoka og settu litla hauga á bökunarplötuna. Bakið í 20-25 mínútur eða þar til þær eru gullinbrúnar.
e) Bræðið hvítar súkkulaðibitar í hitaþolinni skál. Hrærið kókosrjóma saman við þar til það hefur blandast vel saman.
f) Skerið gróðapólurnar í tvennt, fyllið með hvítu súkkulaði kókosblöndunni og stráið rifnum kókos yfir.

82. Saltað karamellukringla Profiteroles

HRÁEFNI:

- 1 bolli vatn
- 1/2 bolli ósaltað smjör
- 1 bolli alhliða hveiti
- 4 stór egg
- 1 bolli karamellusósa
- Myldar kringlur til skrauts
- Sjávarsalt til að strá yfir

LEIÐBEININGAR:

a) Forhitaðu ofninn þinn í 400°F (200°C) og klæddu bökunarplötu með bökunarpappír.
b) Í pott, hitið vatn og smjör að suðu. Bætið hveiti út í og hrærið þar til slétt deig myndast.
c) Takið af hitanum og látið kólna í nokkrar mínútur. Bætið eggjum við einu í einu, þeytið vel eftir hverja viðbót.
d) Flyttu deigið yfir í pípupoka og settu litla hauga á bökunarplötuna. Bakið í 20-25 mínútur eða þar til þær eru gullinbrúnar.
e) Skerið gróðapólurnar í tvennt, fyllið með karamellusósu og stráið muldum kringlum ofan á.
f) Setjið hinn helminginn af profiterole ofan á og dreypið karamellusósu yfir. Endið með því að strá af sjávarsalti.

83. Pestó og Parmesan Profiteroles

HRÁEFNI:
- 1 bolli vatn
- 1/2 bolli ósaltað smjör
- 1 bolli alhliða hveiti
- 4 stór egg
- 1/2 bolli rifinn parmesanostur
- 1/4 bolli basil pestó
- Fersk basilíkublöð til skrauts

LEIÐBEININGAR:

a) Forhitaðu ofninn þinn í 400°F (200°C) og klæddu bökunarplötu með bökunarpappír.

b) Í pott, hitið vatn og smjör að suðu. Bætið hveiti út í og hrærið þar til slétt deig myndast.

c) Takið af hitanum og látið kólna í nokkrar mínútur. Bætið eggjum við einu í einu, þeytið vel eftir hverja viðbót.

d) Flyttu deigið yfir í pípupoka og settu litla hauga á bökunarplötuna. Bakið í 20-25 mínútur eða þar til þær eru gullinbrúnar.

e) Blandið saman parmesanosti og basilíku pestó í skál þar til það hefur blandast vel saman.

f) Skerið gróðapólurnar í tvennt, fyllið með pestó- og parmesanblöndunni og skreytið með fersku basilíkulaufi.

84. Hnetusmjörsbolli Profiteroles

HRÁEFNI:

- 1 bolli vatn
- 1/2 bolli ósaltað smjör
- 1 bolli alhliða hveiti
- 4 stór egg
- 1 bolli súkkulaði ganache
- 1/2 bolli hnetusmjör
- Hnetusmjörsbollar til skrauts

LEIÐBEININGAR:

a) Forhitaðu ofninn þinn í 400°F (200°C) og klæddu bökunarplötu með bökunarpappír.
b) Í pott, hitið vatn og smjör að suðu. Bætið hveiti út í og hrærið þar til slétt deig myndast.
c) Takið af hitanum og látið kólna í nokkrar mínútur. Bætið eggjum við einu í einu, þeytið vel eftir hverja viðbót.
d) Flyttu deigið yfir í pípupoka og settu litla hauga á bökunarplötuna. Bakið í 20-25 mínútur eða þar til þær eru gullinbrúnar.
e) Skerið gróðapólurnar í tvennt, fyllið með klút af hnetusmjöri og toppið með súkkulaðiganache.
f) Skreytið með söxuðum hnetusmjörsbollum.

85. Karamellu Espresso Profiteroles

HRÁEFNI:
- 1 bolli vatn
- 1/2 bolli ósaltað smjör
- 1 bolli alhliða hveiti
- 4 stór egg
- 1 bolli karamellusósa
- 1 msk instant espresso duft
- Þeyttur rjómi til áleggs

LEIÐBEININGAR:
a) Forhitaðu ofninn þinn í 400°F (200°C) og klæddu bökunarplötu með bökunarpappír.
b) Í pott, hitið vatn og smjör að suðu. Bætið hveiti út í og hrærið þar til slétt deig myndast.
c) Takið af hitanum og látið kólna í nokkrar mínútur. Bætið eggjum við einu í einu, þeytið vel eftir hverja viðbót.
d) Flyttu deigið yfir í pípupoka og settu litla hauga á bökunarplötuna. Bakið í 20-25 mínútur eða þar til þær eru gullinbrúnar.
e) Blandið instant espresso dufti í karamellusósu.
f) Skerið gróðapólurnar í tvennt, fyllið með espressókaramellusósu og toppið með rjómabollu.

86. Ís Profiteroles

Hráefni:
- ¼ bolli (½ stafur) ósaltað smjör
- ½ tsk sykur
- ⅛ teskeið salt
- ½ bolli alhliða hveiti
- 2 stór egg
- Vanillu ís

FYRIR FUDGE SÓSU
- ¼ bolli sykur
- ¾ bolli ósykrað kakó
- ½ bolli þungur rjómi
- 3 matskeiðar smjör
- 1 tsk vanilluþykkni
- Klípa af salti

LEIÐBEININGAR:
a) Hitið ofninn í 425°F. Klæðið tvær bökunarplötur með smjörpappír.
b) Í litlum potti við háan hita hitið ½ bolli af vatni, smjöri, sykri og salti að suðu. Takið strax af hitanum og hrærið hveiti út í með tréskeið. Haltu áfram að hræra þar til blandan dregur sig frá hliðum pönnu, um 30 sek. Látið kólna í 2 mín.
c) Bætið eggjum út í einu í einu, hrærið eftir hvert, þar til deigið kemur saman.
d) Slepptu örlítið ávölum teskeiðum af deigi með 1 tommu millibili á bökunarplötur. Sléttir oddir toppar með blautum fingri.
e) Bakið í 10 mínútur, lækkið síðan ofnhitann í 350°F og bakið þar til hann er gullinbrúnn, 10 til 12 mínútur í viðbót. Látið kólna á vírgrind. Geymið í loftþéttu íláti þar til það er tilbúið til framreiðslu.
f) Skerið toppana af og fyllið með ís. Setjið fjögur eða fimm kökur í hverja skál og dreypið volgri súkkulaðisósu yfir.

FYRIR FUDGE SÓSU
g) Hrærið saman sykur og ósykrað kakó í litlum potti. Hrærið þungum rjóma og smjöri saman við.
h) Látið suðu koma upp, hrærið stöðugt, við meðalhita; sjóða 30 sek. Takið af hitanum og hrærið vanilluþykkni og klípu af salti saman við.
i) Berið fram strax eða kælið og geymið í loftþéttu íláti í allt að 1 mánuð. Hitið aftur yfir lágan hita áður en það er borið fram.

87. Rocky Road Profiteroles

HRÁEFNI:
SÚKKULAÐI PÂTE À CHOUX:
- 3/4 bolli alhliða hveiti
- 1 matskeið ósykrað kakó
- 6 matskeiðar ósaltað smjör, skorið í 6 bita
- 1 matskeið sykur
- 1/4 tsk matarsalt
- 3/4 bolli vatn
- 1 tsk súkkulaðiþykkni, valfrjálst
- 3 stór egg, við stofuhita
- 3–1/4 bollar grýtt vegaís

MARSHMALLOW ÍSTOPPING:
- 1 (7 aura) krukku marshmallow krem
- 1 matskeið smjör
- 1 msk þungur rjómi eða mjólk
- smá súkkulaðibitar (eða uppáhalds fínsaxað súkkulaði)
- sneiðar möndlur

LEIÐBEININGAR:
a) Forhitið ofninn í 425°F.
b) Smyrjið létt eða klæddu bökunarplötur með bökunarpappír. Settu profiterole sniðmátið af bloggi Barböru undir smjörpappírinn, ef þess er óskað.
c) Sigtið saman hveiti og kakó, setjið til hliðar.
d) Komið smjöri, sykri, salti og 3/4 bolli af vatni að suðu í 3 lítra potti yfir miðlungsháum hita, hrærið stundum. Takið strax af hitanum og hrærið hveitiblöndunni hratt út í í einu. Hitið aftur og hrærið með tréskeið í 1 til 2 mínútur, eða þar til deigið er slétt og myndar kúlu. Flyttu deigið yfir í skál rafmagnshrærivélar og láttu kólna í 5 mínútur.
e) Bætið við súkkulaðiþykkni, ef vill. Bætið eggjum út í, einu í einu, þeytið þar til blandan er slétt og gljáandi. Setjið deigið með skeið í sætabrauðspoka með odd eða notið ísskeið til að ausa deigið.
f) Settu deigið á tilbúnar bökunarplötur í 2 tommu hringi (2 tommur á hæð). Sléttu út tinda og hringlaga toppa með vættum fingri.
g) Bakið við 425°F í 5 mínútur, lækkið ofnhitann í 350°F og bakið í 30 mínútur. Slökkvið á ofninum, látið skeljar standa í lokuðum ofni í 10 mínútur. Fjarlægðu af bökunarplötum yfir á vírgrind og kældu alveg.

h) Skerið profiteroles í tvennt lárétt. Skelltu 1/4 bolla af ís á neðri helminga; toppur með helmingunum sem eftir eru. Lokið og frystið þar til tilbúið til framreiðslu. Dreypið marshmallow ís áleggi yfir og stráið súkkulaði og möndlum yfir rétt áður en borið er fram.

TIL AÐ ÚRBÚA MARSHMALLOW ÍS ÁLAGI:

i) Blandið saman marshmallow krem, smjöri og þungum rjóma eða mjólk í örbylgjuofnþolinni skál.

j) Örbylgjuofn á HIGH í 30 sekúndur eða þar til blandan er orðin mjúk og rjómalöguð.

88. Appelsínublóma og hvítsúkkulaði Profiteroles

HRÁEFNI:
- 1 bolli vatn
- 1/2 bolli ósaltað smjör
- 1 bolli alhliða hveiti
- 4 stór egg
- 1 bolli hvítt súkkulaði, brætt
- 1 bolli þungur rjómi
- 1 tsk appelsínublómavatn
- Appelsínubörkur til skrauts

LEIÐBEININGAR:

a) Forhitaðu ofninn þinn í 400°F (200°C) og klæddu bökunarplötu með bökunarpappír.

b) Í pott, hitið vatn og smjör að suðu. Bætið hveiti út í og hrærið þar til slétt deig myndast.

c) Takið af hitanum og látið kólna í nokkrar mínútur. Bætið eggjum við einu í einu, þeytið vel eftir hverja viðbót.

d) Flyttu deigið yfir í pípupoka og settu litla hauga á bökunarplötuna. Bakið í 20-25 mínútur eða þar til þær eru gullinbrúnar.

e) Dýfðu toppunum af profiterolesunum í bræddu hvítu súkkulaði.

f) Þeytið þungan rjóma í skál og bætið við appelsínublómavatni. Fylltu gróðabollurnar með appelsínublómakreminu og skreytið með appelsínuberki.

89. Karamellu marr Profiteroles

HRÁEFNI:
- 1 bolli vatn
- 1/2 bolli ósaltað smjör
- 1 bolli alhliða hveiti
- 4 stór egg
- 1 bolli karamellubitar
- Karamellusósa til að drekka á
- Þeyttur rjómi til áleggs

LEIÐBEININGAR:
a) Forhitaðu ofninn þinn í 400°F (200°C) og klæddu bökunarplötu með bökunarpappír.
b) Í pott, hitið vatn og smjör að suðu. Bætið hveiti út í og hrærið þar til slétt deig myndast.
c) Takið af hitanum og látið kólna í nokkrar mínútur. Bætið eggjum við einu í einu, þeytið vel eftir hverja viðbót.
d) Flyttu deigið yfir í pípupoka og settu litla hauga á bökunarplötuna. Bakið í 20-25 mínútur eða þar til þær eru gullinbrúnar.
e) Skerið gróðapólurnar í tvennt, fyllið með karamellubitum og dreypið karamellusósu yfir.
f) Toppið með klút af þeyttum rjóma.

90. Klassískar karamellu Profiteroles

HRÁEFNI:
- 1 bolli vatn
- 1/2 bolli ósaltað smjör
- 1 bolli alhliða hveiti
- 4 stór egg
- 1 bolli karamellusósa (keypt eða heimagerð)
- Púðursykur til að rykhreinsa

LEIÐBEININGAR:

a) Forhitaðu ofninn þinn í 400°F (200°C) og klæddu bökunarplötu með bökunarpappír.

b) Í pott, hitið vatn og smjör að suðu. Bætið hveiti út í og hrærið þar til slétt deig myndast.

c) Takið af hitanum og látið kólna í nokkrar mínútur. Bætið eggjum við einu í einu, þeytið vel eftir hverja viðbót.

d) Flyttu deigið yfir í pípupoka og settu litla hauga á bökunarplötuna. Bakið í 20-25 mínútur eða þar til þær eru gullinbrúnar.

e) Skerið gróðapólurnar í tvennt, fyllið hverja ríkulega með karamellusósu og stráið toppana með flórsykri.

91. Walnut Caramel Profiteroles

HRÁEFNI:

- 1 bolli vatn
- 1/2 bolli ósaltað smjör
- 1 bolli alhliða hveiti
- 4 stór egg
- 1 bolli þungur rjómi
- 1/2 bolli karamellusósa
- Saxaðar valhnetur til skrauts

LEIÐBEININGAR:

a) Forhitaðu ofninn þinn í 400°F (200°C) og klæddu bökunarplötu með bökunarpappír.
b) Í pott, hitið vatn og smjör að suðu. Bætið hveiti út í og hrærið þar til slétt deig myndast.
c) Takið af hitanum og látið kólna í nokkrar mínútur. Bætið eggjum við einu í einu, þeytið vel eftir hverja viðbót.
d) Flyttu deigið yfir í pípupoka og settu litla hauga á bökunarplötuna. Bakið í 20-25 mínútur eða þar til þær eru gullinbrúnar.
e) Þeytið þungan rjóma í skál þar til stífir toppar myndast. Dreypið karamellusósu út í og blandið varlega saman þar til blandast saman.
f) Skerið gróðapólurnar í tvennt, fyllið með karamellukremi og stráið söxuðum valhnetum yfir.

92. Appelsínusúkkulaði Profiteroles

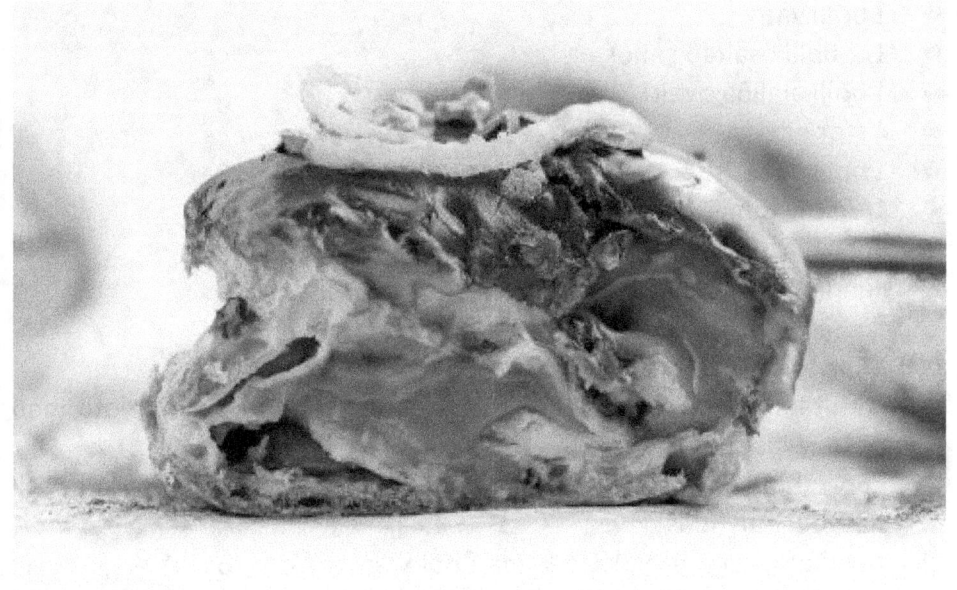

HRÁEFNI:
- 1 bolli vatn
- 1/2 bolli ósaltað smjör
- 1 bolli alhliða hveiti
- 4 stór egg
- 1 bolli dökkt súkkulaði, saxað
- 1/2 bolli þungur rjómi
- Börkur af 1 appelsínu
- Kandíað appelsínubörkur til skrauts

LEIÐBEININGAR:

a) Forhitaðu ofninn þinn í 400°F (200°C) og klæddu bökunarplötu með bökunarpappír.

b) Í pott, hitið vatn og smjör að suðu. Bætið hveiti út í og hrærið þar til slétt deig myndast.

c) Takið af hitanum og látið kólna í nokkrar mínútur. Bætið eggjum við einu í einu, þeytið vel eftir hverja viðbót.

d) Flyttu deigið yfir í pípupoka og settu litla hauga á bökunarplötuna. Bakið í 20-25 mínútur eða þar til þær eru gullinbrúnar.

e) Í hitaþolinni skál, blandið saman niðurskornu dökku súkkulaði, þungum rjóma og appelsínuberki. Bræðið saman þar til slétt.

f) Skerið gróðapólurnar í tvennt, fyllið með appelsínusúkkulaðiganache og skreytið með sykraða appelsínuberki.

93. Saltkaramellu og pecan Profiteroles

HRÁEFNI:
- 1 bolli vatn
- 1/2 bolli ósaltað smjör
- 1 bolli alhliða hveiti
- 4 stór egg
- 1 bolli salt karamellusósa
- Saxaðar pekanhnetur til skrauts

LEIÐBEININGAR:
a) Forhitaðu ofninn þinn í 400°F (200°C) og klæddu bökunarplötu með bökunarpappír.
b) Í pott, hitið vatn og smjör að suðu. Bætið hveiti út í og hrærið þar til slétt deig myndast.
c) Takið af hitanum og látið kólna í nokkrar mínútur. Bætið eggjum við einu í einu, þeytið vel eftir hverja viðbót.
d) Flyttu deigið yfir í pípupoka og settu litla hauga á bökunarplötuna. Bakið í 20-25 mínútur eða þar til þær eru gullinbrúnar.
e) Skerið gróðapólurnar í tvennt, fyllið með saltkaramellusósu og stráið söxuðum pekanhnetum yfir.

94. Karamellu Epli Profiteroles

HRÁEFNI:
- 1 bolli vatn
- 1/2 bolli ósaltað smjör
- 1 bolli alhliða hveiti
- 4 stór egg
- 1 bolli karamellusósa
- 2 epli, afhýdd og skorin í teninga
- Kanill til að rykhreinsa

LEIÐBEININGAR:
a) Forhitaðu ofninn þinn í 400°F (200°C) og klæddu bökunarplötu með bökunarpappír.
b) Í pott, hitið vatn og smjör að suðu. Bætið hveiti út í og hrærið þar til slétt deig myndast.
c) Takið af hitanum og látið kólna í nokkrar mínútur. Bætið eggjum við einu í einu, þeytið vel eftir hverja viðbót.
d) Flyttu deigið yfir í pípupoka og settu litla hauga á bökunarplötuna. Bakið í 20-25 mínútur eða þar til þær eru gullinbrúnar.
e) Skerið gróðapólurnar í tvennt, fyllið með karamellusósu og toppið með sneiðum eplum. Dustið með kanil.

95. Súkkulaði Caramel Pretzel Profiteroles

HRÁEFNI:

- 1 bolli vatn
- 1/2 bolli ósaltað smjör
- 1 bolli alhliða hveiti
- 4 stór egg
- 1 bolli karamellusósa
- 1 bolli súkkulaði ganache
- Myldar kringlur til skrauts

LEIÐBEININGAR:

a) Forhitaðu ofninn þinn í 400°F (200°C) og klæddu bökunarplötu með bökunarpappír.
b) Í pott, hitið vatn og smjör að suðu. Bætið hveiti út í og hrærið þar til slétt deig myndast.
c) Takið af hitanum og látið kólna í nokkrar mínútur. Bætið eggjum við einu í einu, þeytið vel eftir hverja viðbót.
d) Flyttu deigið yfir í pípupoka og settu litla hauga á bökunarplötuna. Bakið í 20-25 mínútur eða þar til þær eru gullinbrúnar.
e) Skerið gróðapólurnar í tvennt, fyllið með karamellusósu og toppið með súkkulaðiganache. Stráið muldum kringlum ofan á.

96. Lavender Honey Profiteroles

HRÁEFNI:
- 1 bolli vatn
- 1/2 bolli ósaltað smjör
- 1 bolli alhliða hveiti
- 4 stór egg
- 1 bolli þeyttur rjómi
- 2 matskeiðar lavender hunang
- Ferskur lavender til skrauts

LEIÐBEININGAR:
a) Forhitaðu ofninn þinn í 400°F (200°C) og klæddu bökunarplötu með bökunarpappír.
b) Í pott, hitið vatn og smjör að suðu. Bætið hveiti út í og hrærið þar til slétt deig myndast.
c) Takið af hitanum og látið kólna í nokkrar mínútur. Bætið eggjum við einu í einu, þeytið vel eftir hverja viðbót.
d) Flyttu deigið yfir í pípupoka og settu litla hauga á bökunarplötuna. Bakið í 20-25 mínútur eða þar til þær eru gullinbrúnar.
e) Þeytið rjómann í skál þar til stífir toppar myndast. Brjótið varlega saman við lavender hunang.
f) Skerið gróðapólurnar í tvennt, fyllið með lavender hunangskremi og skreytið með fersku lavender.

97. Rósavatns- og pistasíuhnetur

HRÁEFNI:

- 1 bolli vatn
- 1/2 bolli ósaltað smjör
- 1 bolli alhliða hveiti
- 4 stór egg
- 1 bolli þungur rjómi
- 2 matskeiðar rósavatn
- Mistar pistasíuhnetur til skrauts

LEIÐBEININGAR:

a) Forhitaðu ofninn þinn í 400°F (200°C) og klæddu bökunarplötu með bökunarpappír.

b) Í pott, hitið vatn og smjör að suðu. Bætið hveiti út í og hrærið þar til slétt deig myndast.

c) Takið af hitanum og látið kólna í nokkrar mínútur. Bætið eggjum við einu í einu, þeytið vel eftir hverja viðbót.

d) Flyttu deigið yfir í pípupoka og settu litla hauga á bökunarplötuna. Bakið í 20-25 mínútur eða þar til þær eru gullinbrúnar.

e) Þeytið þungan rjóma í skál þar til stífir toppar myndast. Blandið rósavatni varlega saman við.

f) Skerið gróðapólurnar í tvennt, fyllið með rósavatnskremi og stráið muldum pistasíuhnetum yfir.

98. Romm og Kókos Profiteroles

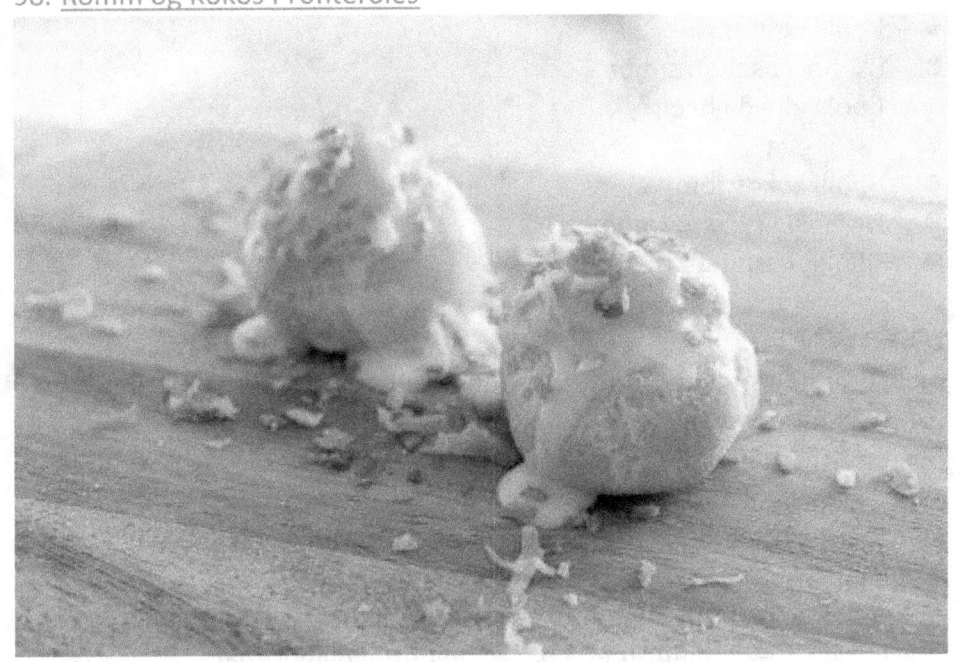

HRÁEFNI:

- 1 bolli vatn
- 1/2 bolli ósaltað smjör
- 1 bolli alhliða hveiti
- 4 stór egg
- 1 bolli kókosrjómi
- 1/4 bolli kryddað romm
- Rifin kókoshneta til skrauts

LEIÐBEININGAR:

a) Forhitaðu ofninn þinn í 400°F (200°C) og klæddu bökunarplötu með bökunarpappír.
b) Í pott, hitið vatn og smjör að suðu. Bætið hveiti út í og hrærið þar til slétt deig myndast.
c) Takið af hitanum og látið kólna í nokkrar mínútur. Bætið eggjum við einu í einu, þeytið vel eftir hverja viðbót.
d) Flyttu deigið yfir í pípupoka og settu litla hauga á bökunarplötuna. Bakið í 20-25 mínútur eða þar til þær eru gullinbrúnar.
e) Blandið saman kókosrjóma og krydduðu rommi í skál þar til það hefur blandast vel saman.
f) Skerið gróðapólurnar í tvennt, fyllið með romm-innrennu kókosrjómanum og stráið rifnum kókos yfir.

99. Chipotle Caramel Pecan Profiteroles

HRÁEFNI:
- 1 bolli vatn
- 1/2 bolli ósaltað smjör
- 1 bolli alhliða hveiti
- 4 stór egg
- 1 bolli karamellusósa
- 1-2 tsk chipotle duft (stilla eftir smekk)
- Saxaðar pekanhnetur til skrauts

LEIÐBEININGAR:
a) Forhitaðu ofninn þinn í 400°F (200°C) og klæddu bökunarplötu með bökunarpappír.
b) Í pott, hitið vatn og smjör að suðu. Bætið hveiti út í og hrærið þar til slétt deig myndast.
c) Takið af hitanum og látið kólna í nokkrar mínútur. Bætið eggjum við einu í einu, þeytið vel eftir hverja viðbót.
d) Flyttu deigið yfir í pípupoka og settu litla hauga á bökunarplötuna. Bakið í 20-25 mínútur eða þar til þær eru gullinbrúnar.
e) Blandið saman karamellusósu og chipotle dufti í skál þar til það hefur blandast vel saman.
f) Skerið gróðapólurnar í tvennt, fyllið með chipotle karamellusósu og stráið söxuðum pekanhnetum yfir.

100. Habanero Mango þeyttur rjómi Profiteroles

HRÁEFNI:

- 1 bolli vatn
- 1/2 bolli ósaltað smjör
- 1 bolli alhliða hveiti
- 4 stór egg
- 1 bolli þungur rjómi
- 1 þroskað mangó, skorið í teninga
- Fínt saxaður habanero pipar eftir smekk

LEIÐBEININGAR:

a) Forhitaðu ofninn þinn í 400°F (200°C) og klæddu bökunarplötu með bökunarpappír.
b) Í pott, hitið vatn og smjör að suðu. Bætið hveiti út í og hrærið þar til slétt deig myndast.
c) Takið af hitanum og látið kólna í nokkrar mínútur. Bætið eggjum við einu í einu, þeytið vel eftir hverja viðbót.
d) Flyttu deigið yfir í pípupoka og settu litla hauga á bökunarplötuna. Bakið í 20-25 mínútur eða þar til þær eru gullinbrúnar.
e) Þeytið þungan rjóma í skál þar til stífir toppar myndast. Blandið varlega saman við hægelduðum mangó og smátt skornum habanero pipar.
f) Skerið gróðapólurnar í tvennt, fyllið með sterkan mangóþeyttum rjóma og toppið með hinum helmingnum.

NIÐURSTAÐA

Í „LAG ANNÁLL MEÐ RJÓMI" höfum við kannað listina að rjómabollum frá grunnatriðum til hins óvenjulega. Með 100 skref-fyrir-skref uppskriftum býrðu nú yfir þekkingu og færni til að ná góðum tökum á þessum yndislegu nammi. Hvort sem þú ert að baka fyrir sérstakt tilefni eða einfaldlega að fullnægja sætuþránni þinni, þá hefur þessi bók veitt þér fjársjóð af rjómabollum.

Allt frá klassískum vanillusoðafylltum pústum til nýstárlegra bragðsamsetninga og einstakrar hönnunar, rjómablómaferðin þín er rétt að hefjast. Ég vona að uppskriftirnar og tæknin sem deilt er hér verði uppspretta innblásturs og striga fyrir sköpunargáfu þína í matreiðslu.

Svo vertu tilbúinn til að klæðast svuntu, forhita ofninn þinn og leggja af stað í rjómablómaævintýrið þitt. „LAG ANNÁLL MEÐ RJÓMI" er félagi þinn og gleðin við að baka og gæða sér á þessum yndislegu kökum bíður þín. Njóttu ljúfra verðlauna af nýfundinni rjómabolluleikni þinni og megi eldhúsið þitt fyllast af ilm af nýbökuðu choux sætabrauði fyrir mörg fleiri matreiðsluævintýri.

www.ingramcontent.com/pod-product-compliance
Lightning Source LLC
Chambersburg PA
CBHW071306110526
44591CB00010B/792